மயானப் பயணிகள்

ஆசிரியர்
ஆஷத் முகமது

மொழிபெயர்ப்பாளர்
சிதம்பரம் இரவிச்சந்திரன்

டிஸ்கவரி பப்ளிகேஷன்ஸ்

எண்: 9, பிளாட் எண்: 1080A, ரோஹிணி பிளாட்ஸ்,
முனுசாமி சாலை, கே.கே.நகர் மேற்கு,
சென்னை - 600 078. பேச: 99404 46650

வெளியீட்டு எண்: 0264

மயானப் பயணிகள் (நாவல்),
ஆசிரியர்: ஆஷத் முகமது©
மொழிபெயர்ப்பாளர்: சிதம்பரம் இரவிச்சந்திரன்

Mayaanappayanigal (Novel),
Author: **Ashath Muhammed**©
Translator: **Sidhambaram Ravichandran**
Print in India
1st Edition: Apr - 2023
ISBN : 978-93-95285-70-4
Pages - 128
Rs - 150

Publisher • Sales Rights

Discovery Publications
No. 9, Plot,1080A,
Rohini Flats, Munusamy Salai,
K.K.Nagar West, Chennai - 78.
Tamilnadu, India.
Mobile: +91 99404 46650

Discovery Book Palace (P) Ltd
No. 1055-B, Munusamy Salai,
K.K.Nagar West,
Chennai-600 078.
Ph: (044) 4855 7525
Mobile: +91 87545 07070

discoverybookpalace@gmail.com
WWW.DISCOVERYBOOKPALACE.COM

இந்த நூலில் பிரசுரமாகியுள்ள எந்த ஒரு பகுதியையும் பதிப்பாளரின் எழுத்துபூர்வமான முன்அனுமதி பெறாமல் எடுத்தாள்வதோ, மறுபிரசுரம் செய்வதோ, மொழியாக்கம் செய்வதோ, அச்சு மற்றும் மின்னணு ஊடகங்களில் மறுபதிப்பு செய்வதோ, காப்புரிமைச் சட்டப்படி தடை செய்யப்பட்டுள்ளது. இந்த நூலிலிருந்து குறிப்பிட்ட பகுதிகளை மேற்கோள் காட்டி புத்தக விமர்சனம் செய்ய, ஊடகங்களுக்கு மட்டும் அனுமதி உண்டு.

உங்கள் மொபைல் போனிலிருந்து ஸ்கேன் செய்து டிஸ்கவரி புக் பேலஸின் மொபைல் ஆப்பை டவுன்லோடு செய்து, புத்தகங்களை வாங்குங்கள்.

ஆஷத் பிரோஷ்

ஆஷத் முகமது. திருச்சூர் மாவட்டத்தில் தொயிக்காவில் பிறந்தவர். ஆங்கில இலக்கியத்தில் முதுகலைப் பட்டம் பெற்றவர். இவருடைய கதைகளும், கவிதைகளும் பல இதழ்களில் வெளிவருகின்றன. 2022ம் ஆண்டிற்கான ஃபாம் அக்ஷரா தூலிகா விருது இவரது கதைக்காகக் கிடைத்துள்ளது. இதுவரை இவரது படைப்புகள் "பரயாது போயவள்" நாவல். "ஆயிஷாவின் மோகம்" கதைகள். "என்னுடைய ஸ்கூலும், நாங்களும், நினைவுகளும்." தாய், தந்தை பி.கே.முகமது, வி நபீசா. கணவர் முகமது பிரோஷ். குழந்தைகள் சகனம், சாயித், சக்ஃபர். அலைபேசி 9846317257, 8593886699

மின் அஞ்சல் முகவரி
ashathfirosh@gmail.com

சிதம்பரம் இரவிச்சந்திரன்

விழித்திறன் மாற்றுத்திறனாளியாக இருந்தபோதிலும், சிறுவயதில் இருந்தே எழுதுவதில் ஆர்வம் கொண்டிருந்தார். மலையாள மொழியில் இருந்து கதைகளையும், நாவல்களையும் மொழிபெயர்த்துள்ளார். இதுவரை இவருடைய எட்டு மொழிபெயர்ப்புத் தொகுப்புகள் புத்தகங்களாக வெளிவந்துள்ளன. கடந்த 2017ஆம் ஆண்டில், திருவனந்தபுரம் தமிழ்ச் சங்கம் வழங்கும் சிறந்த மொழிபெயர்ப்பாளருக்கான "உள்ளூர் பரமேசுவரய்யர்" விருதைப் பெற்றுள்ளார். 2021இல் சேலம் தமிழ்ச் சங்கத்தின் சிறந்த மொழிபெயர்ப்பாளருக்கான இலக்கியச் செம்மல் விருதையும் பெற்றுள்ளார்.

மொழிபெயர்ப்பு கதைகள், அறிவியல் மற்றும் சுற்றுச்சூழல் கட்டுரைகளை எழுதிவருகிறார். சிதம்பரம் அரசு நந்தனார் பெண்கள் பள்ளியில் ஆசிரியராகப் பணிபுரிந்து சமீபத்தில் ஓய்வுபெற்றார்.

முகவரி -12, பாஸ்கரன் நகர்,
(முத்தையா நகர் அருகில்),
அண்ணாமலை நகர் அஞ்சல்,
சிதம்பரம் – 608002.
அலைபேசி – 7339089961.

இறக்கையற்ற சில பறவைகளுடன்..

ஆசித் முகமது அவர்களின் நாவல்
மயான பயணிகள் - மலையாளம்
தமிழில் சிதம்பரம் ரவிச்சந்திரன் அவர்கள்

முன்னாள் மாணவி ஒரு ஆசிரியரை நீண்ட காலம் கழித்து தேடி வரும் கதை இந்த நாவல், அவருடன் பழகிய கல்லூரி, நூலகம் முதல்வர் வளாகம் என்றும், அவரை தெரிந்து கொண்ட சில பேரையும் அந்தப் பெண் மர்வர் தேடுவதும் தான் இந்த நாவலாக வந்திருக்கிறது.

மர்வர். அஞ்சுவேளை தொழுகிற அந்தப் பெண் மத கட்டுப்பாடுகளை எல்லாம் மீறி வேறு மதத்தைச் சார்ந்த ராஜவர்ம ஆசிரியரின் கடைசி கடன்களை நிறைவேற்றுகிறாள் மாமனிதனான ராஜ வர்மாவின் அன்பை தோல்வியாக மதிப்பிட்ட மனைவி உட்பட பலரால் வாழ்க்கையில் முழுவதும் காயப்பட்டவர் அவர். தற்கொலை செய்து கொள்கிறார். அவரின் அஸ்தியை கரைக்கிற பொறுப்பு மர்வர் என்ற பெண்ணுக்கு வந்து சேர்கிறது. எதிரணியில் அந்தப் பெண்ணின் குடும்பம் சார்ந்த வாழ்க்கை அப்பா மற்றும் சகோதரர் சாவு, அம்மா கல்லை பூ மாதிரி எடுக்கும் பலசாலியான பெண், அவள் குடும்பத்தையும் நிர்வகிப்பது அழகாகச் சொல்லப்பட்டிருக்கிறது.

ஈராக்கின் 1990இல் குட்டி அரபு நாட்டை ஆக்கிரமித்து செய்த அதிகார வன்முறை பற்றி பல பக்கங்கள் பேசுகின்றன. அந்தப் பாலைவன நாட்களை மிகவும் அற்புதமாக இதில் சித்திருக்கிறார். வியாழன் ஒரு சந்தோஷமான நாளாக இருக்கிறது என்பது போலவே இஸ்லாம் மதச் சிந்தனைகள் எப்படி அவர்களுக்கு எல்லாம் ஆறுதல் தருகின்றன என்பதைச் சொல்கிறார். அந்த குவைத் தருணங்களும் மழைக்காலம் சார்ந்த அனுபவங்களும் இந்த நாவலில் மிக சிறப்பான முறையில் பிடிபட்டிருக்கின்றன.

அந்நிய மதத்தை சார்ந்த அந்தப் பெண் இறுதி சடங்காய் அஸ்தியை கடலில் கொண்டு கரைக்க வேண்டி இருக்கிறது. ராஜு

வர்மா நம்பிக்கைக் கொண்டிருந்த மதத்தின் வழியாக அவருக்கு ஆத்ம சாந்தியை தேடித் தர வேண்டி இருக்கிறது. அதெல்லாம் சரிதான் ஆனால் ஏன் அந்தப் பெண் கடலில் அஸ்தியைக் கரைக்கிற நிகழ்ச்சியில் நீரில் மூழ்கிப் போகிறாள். அவள் நீரில் மறைந்து போகிற விதியை காட்ட வேண்டிய அவசியம் என்ன என்பது ஒரு கேள்வியாக இருக்கிறது.

வெவ்வேறு மதங்கள் சார்ந்த நம்பிக்கைகள் மற்றும் வாழ்வியல் அம்சங்களை இந்த நாவல் விரிவாக எடுத்துச் சொல்கிறது. ஆனால் அந்தக் கடலில் கரைந்துபோகிற பெண் ஏன் அப்படித் தன்னைக் கரைத்துக்கொண்டாள், தற்கொலை செய்து கொண்டாளா என்பது போன்ற கேள்விகள் எழாமல் இல்லை. இதை மொழி பெயர்த்திருக்கிறார் சிதம்பரம் ரவிச்சந்திரன் அவர்கள். மலையாள மொழியில் இருந்து கதைகளையும் மொழி பெயர்த்திருக்கிறார். கடந்த ஆண்டில் திருவனந்தபுரம் தமிழ்ச் சங்கம் வழங்கிய சிறந்த மொழிபெயர்ப்புக்கான உள்ளூர் பரமேஸ்வரன் விருதை பெற்றிருக்கிறார்.

அவரின் எளிமையான மொழியால் இந்த நாவல் வலுப்பெற்று இருக்கிறது

சுப்ரபாரதிமணியன் திருப்பூர்

அணிந்துரை

கதையின் நாயகி மர்வா, தன்னுடைய வாழ்வின் குருவாய் ஏற்றுக்கொண்ட அவளின் கல்லூரி கால பேராசிரியரைத் தேடி மேற்கொள்ளும் பயணமே மயானப் பயணிகள் நாவல். நீண்ட காலத்திற்குப்பின் தனது குருவை சந்திக்கும் ஆவலில், வெளிநாட்டிலிருந்து கிளம்பி வரும் மர்வாவின் பயணத்தில் குறுக்கிடும் அவளின் வாழ்க்கைச் சம்பவங்களும், அதன் வழி அவளின் மனம் முன்னும் பின்னுமாய் அலைக்கழிக்கப்பட்டு, நடக்கும் நிகழ்வுகள் நல்லதொரு தொகுப்பாய் விறுவிறுப்புடன் அமைந்துள்ளது. இஸ்லாம் மதத்தைச் சார்ந்த ஒருவர் இந்து மதத்தைப் பின்பற்றி இறந்துபோன ஒருவரின் ஆத்ம சாந்திக்காக, அவர் பின்பற்றிய மதத்தின் வழியே, உண்மையிலேயே வேதம் படித்து தேர்ந்த ஒருவரின் உதவியுடன், இறுதிக்காரியங்களை மேற்கொள்வது சிறப்பு. உண்மையில் கடைநிலை மக்களின் மனமும், குணமும் இதுதான். ஆனால், அரசியல் கட்சிகள் தான் சாதி மதங்களின் பெயரால் மக்களைத் துண்டாடி அதில் குளிர் காய நினைக்கின்றன. மக்கள் மதங்களைத் தாண்டி மனிதத்துக்காகவே நிற்கிறார்கள். மலையாள நாவல்கள் பல இதைத் தொடர்ந்து உரக்கப் பேசிக்கொண்டிருக்கின்றன. பல துளிகளில் ஒரு துளியாய் "மயானப் பயணிகள்" இவ்வேலையை செவ்வனே செய்திருக்கிறது. நெடுந்தூரத்திற்கு நெடுந்தூரம் துயரங்கள் நிறைந்த பயணம் இனிதாய் நிறைவுற்றிருந்தால் எனக்கு மனதளவில் கூடுதல் கொண்டாட்டமாய் இருந்திருக்குமோ என்னவோ. ஏற்கனவே மொழிபெயர்ப்பில் விருதுகளை வாங்கியிருக்கும் மொழிபெயர்ப்பு ஆசிரியரான சிதம்பரம் இரவிச்சந்திரன் அவர்களுக்கு வாழ்த்துகள். நல்லதொரு கதையை எடுத்தியம்பிய மூல நூல் ஆசிரியரான ஆஷாத் முகம்மது அவர்களுக்கும் வாழ்த்துகளும், பாராட்டுகளும்.

மர்வா நிச்சயம் தமிழ் இரசிகர்களையும் கவர்வாள்.

நன்றி!
பிரியா,
அமீரகம்.

அறிமுகம்
(For Malayalam)
மயானப் பயணிகள்
ஆஷத் முகமது

“துயரங்களின் வளையத்தில் சிக்கிக்கொண்ட தீராத வேதனைகளின் எதிரொலிகள் நிற்காமல் பின்தொடரும் பயணியே மர்வா. எதிர்பாராமல் கண்ட கனவைத் தேடி கதை தொடங்குகிறது. வாழ்க்கையே கதைக்கு கூட்டாக மாறும் காட்சிகளே பிறகு உள்ளது. நிழலாட்டங்களின் வழியாக விபத்துகளின் வித்துகள் கனவுகளாக முளைக்கும்போது அவை எல்லாம் தெளிவில்லாத எண்ணங்களால் உந்தப்படுகிறது.

வாழ்க்கையின் இடைவழிகளில் இடி மின்னல் போல சந்திக்கவேண்டி வரும் மர்மம் நிறைந்த பெரும் துயரங்கள் கடைசியில் விதியாக மாற்றப்படுகிறது. வாழ்க்கையை ஆழமான கடல் போல கற்பனை செய்து பார்க்கும்போது அது யதார்த்தத்தை நோக்கிச் செல்கிறது. எழுத ஆரம்பிப்பது கணன்றுகொண்டிருக்கும் நஷ்டத்தின் பொருள் தேடியே.

பல கேள்விகளுக்குப் பதில் தேடி அலையும்போது அதுதான் வாழ்க்கை என்று நினைத்துப் பி ன்மாறுகிறோம். வாழ்க்கையின் வழிகளில் இழக்கப்பட்ட ஜீவன்களுடைய தீராத நஷ்டத்தில் தகர்ந்து போனதை எல்லாம் சேர்த்து வைக்கும்போது பல சமயங்களிலும் நாம் இடறிவிழுகிறோம். ஏற்றுக்கொண்ட அனுபவங்களின் தீக்கனல்களை உள்ளுக்குள் ஒதுக்கிவைத்து இலட்சியத்தை நோக்கிப் பயணிக்கிறோம்.

இந்தக் கதையை எழுதி முடிப்பேன் என்று நினைக்கவில்லை. மனரீதியாக எதிர்கொள்ளவேண்டிய பிரச்சனைகளில் அகப்பட்டு பல நேரங்களிலும் அசைவற்றுப்போன மனதை மீட்டு எடுத்து இந்த நாவலை எழுதிமுடிக்க முடிந்தது எழுத்துக்கள் வாழ்க்கையின் பகுதியாக இருந்ததால்தான். பெண் எவ்வளவு வலிமையுடையவளாக இருந்தாலும் நினைவு தெரிந்த நாள்முதல் பக்கபலமாகக் கூட இருந்தவர்களை இழக்கும்போது ஏற்படும் வேதனையை வார்த்தைகளில் விவரிக்கமுடியாது.

இதில் ஒவ்வொரு எழுத்துக்கும் வேதனையின் உப்புச் சுவை இருக்கிறது. ஈடு செய்யமுடியாத தந்தையின், குருவின், சகோதரனின்

மரணங்கள் ஏற்படுத்திய நினைவுகளுக்குச் சமர்ப்பிக்கப்பட்டதுதான் இந்த நாவல். இதற்காக எனக்கு உறுதுணையாக இருந்த குடும்பத் தாரையும், மனதளவில் தளர்ந்து போன ஒவ்வொரு கட்டத்திலும் ஆத்மார்த்தமான நம்பிக்கையை இழக்க அனுமதிக்காமல் துணையாக இருந்த உயிர் நண்பர்களையும், மரண மந்திரங்களை சொல்லிக்கொடுத்த பாபு பூசாரியையும் இந்த நேரத்தில் நன்றியுடன் நினைவுகூர்கிறேன்.

-தந்தை, குரு, சகோதரன் ஆகியோரின் நினைவுக்குச் சமர்ப்பணம்.

1

"ஒவ்வொரு கனவும் ஏறக்குறைய சத்தியம். அதுபோல ஒவ்வொரு சத்தியமும் கிட்டத்தட்ட ஒரு கனவே"

– சத்குரு.

திருப்போணித்துறா அரண்மணையில் கே.இராஜவர்மா தற்கொலை செய்துகொண்டார்.

"நம்பமுடியல ஜானி. அந்த நல்ல மனுஷனுடைய நல்ல மனசை யார் இந்த அளவுக்குக் கொடூரமா காயப்படுத்தினது?."

"மவா. என்ன ஆச்சு? என்ன நடந்துச்சு? விவரமா விசாரிச்சியா?

"சாரத் தேடி சந்தனமடத்துக்குப் போயிருந்தேன். அப்பதான் தெரிஞ்சிச்சு. விரக்தியோட சுழியில சிக்கிக்கிட்டு இப்படி செஞ்சிருக்கலாம். அதான் இத்தன நாள் கூப்பிடாம இருந்தது. அவர இந்த உலகத்துல அதிகமா விரும்பின எனக்கு இது தெரியாமப் போச்சே! அதனாலதான் மனசே நொறுங்கிப்போகற மாதிரி வேதனை."

"நீ வேதனப்படாத. அமைதியா இரு.

அவரோட ஆத்மசாந்திக்கு என்னால என்ன செய்யமுடியும் ஜானி? உனக்குத் தெரியுமா இதப் பத்தியெல்லாம்? உங்க சடங்குகளப் பத்தி தெரிஞ்சுக்கணும். நெஞ்சு உருகி சாருக்காக கடைசி காரியங்களச் செய்யணும். அஞ்சு வேளை தொழற நான் அவருக்காக அப்படிச் செஞ்சா சாந்தி கிடைக்குமா?."

மர்வா ஜானிக்கு முன்னால் இருந்து இதயம் உடைந்து வாய் விட்டு அழுதாள். நேற்று காலையில் சாரைப் பற்றிக் கனவு கண்டு கொண்டுதான் அவள் எழுந்தாள். "மகளே.." என்ற அவருடைய குரல் இப்போதும் காதில் முழங்கிக்கொண்டிருக்கிறது. ஏதோ சங்கடம் ஏற்பட்டிருக்கிறது. அதுதான் அவருடைய அழைப்பு இந்த அளவு ஆழமாக அவளுடைய இதயத்துக்குள் துளைத்துக்கொண்டு நுழைந்தது.

வெறும் ஒரு கனவல்ல உண்மை என்று அனுபவிக்கும் ஏதோ ஒன்று சாரைக் கண்டுபிடிப்பதற்கு உரிய தேடல் என்பதால் யாரையும் அவள் கூட கூப்பிடவில்லை. வழிகள் எவையும் முன் பின் தெரியாதவையாக இருந்தன. பக்கத்தில் ஒரு கோயில் இருப்பது மட்டும் நினைவுக்கு வந்தது. மனதில் அவரின் வயதான உருவத்தைக் கற்பனை செய்துகொண்டாள். பல ஆண்டுகளுக்குப் பிறகு அவரைப் பார்க்கும்போது அவர் எப்படி நடந்துகொள்வார்? ஆவலோடு அவள் வரப்போகின்ற நிமிடங்களைக் கற்பனை செய்து பார்த்தாள்.

இவ்வளவு நாள் பார்க்க வராததைப் பற்றி பரிதவிப்பாரா? இல்லை தன்னோடு சேர்த்துப் பிடித்து அருகில் நிறுத்தித் தலையை வருடிவிடுவாரா? இல்லை ஞாபகங்கள் எல்லாம் நஷ்டமாகி ஆளை அடையாளம் தெரியாமல் போய்விடுமா? இல்லை யாரும் கவனிப்பதற்கு இல்லாமல் அனாதையாக இருப்பாரா? பலவிதமான எண்ணங்கள் அவளை வேட்டையாடின. இத்தனை நாள் விதி அந்நியரைப் போல விலக்கிவைத்துவிட்டது. இதுதான் பார்ப்பதற்குச் சரியான தருணமாக இருக்கும்.

நகரத்தின் மையத்தில் வலதுபக்கமாக இருந்த சாலையில் திரும்பி முன்பின் தெரியாத வழிகளில் சிறிது தூரம் சென்றபோது முடிவில்லாத வயல்வெளிகள் வழியோரம் காத்துக்கொண்டிருந்தது போல அவளைக் கூட்டிக்கொண்டு போயின. வாய்க்காலுக்குக் குறுக்கே இருந்த பாலம் முன்னால் வழிகாட்டியது போல அவளை வரவேற்றது. அவள் முதலில் இந்த வழியாக வரவில்லை. அக்காலத்தில் கிளியூருக்கு விண்டூர் வழி மட்டுமே இருந்தது.

புல் குன்னமும், கிளியூரும் வயல்களாலும், வாய்க்காலாலும் பிரிக்கப்பட்டிருந்தன. அந்தப் பெரிய வாய்க்காலுக்கு மேல் ஒரு பாலம் வந்தால் கிளியூர் நகரத்திற்குள்ளேயே மற்றொரு பகுதியாக மாறிவிடும். ஆனால் மற்றவர்கள் வருவதைப் பற்றி அந்தப் பகுதியை கைக்குள் வைத்திருந்த நம்பூத்ரிகள் பயப்பட்டார்கள். அவர்கள் நவநாகரீக நகரத்தில் இருந்து கிளியூரை ஒளித்துவைத்திருந்தார்கள்.

கல்லூரியில் இருந்து விடுதிக்கு நடக்கும் வழியில் அந்த ஊரைப் பற்றிய கதைகளை வர்மா அவளிடம் சொல்லியிருக்கிறார். சில நாட்கள் வயல் வரை நடப்பார்கள். சாலை வசதி வந்தால் ஏற்படும் வசதிகளைப் பற்றி விரிவாகச் சொல்வார். நிலத்தின் மதிப்பில் மாற்றம் ஏற்படும்போது பொருளாதார முன்னேற்றங்களால் அந்த ஊர் மக்களுக்குக் கிடைக்கக்கூடிய வளர்ச்சியைப் பற்றி விவரமாக

எடுத்துச்சொல்வார். கதை, கவிதை, அரசியல் வளர்ச்சி எல்லாம் உரையாடல்களுக்கு நடுவில் வந்துபோகும்.

நீண்டுகிடக்கும் வழிகள்போல அந்த அறிவுகள் முடிவில்லாதவை. வகுப்பில் கொடுக்கும் நோட்ஸ்போல அதையெல்லாம் அவள் அடக்கமுடியாத ஆவலுடன் மனதில் குறித்துவைப்பாள்.

பாலத்தைத் தாண்டியவுடனேயே ஒரு கோயில் கண்ணில் பட்டது. ஆனால் அன்று அங்கு ஒரு பெரிய ஆலமரம் இருந்ததே? அதைச் சுற்றியிருந்த அழகான தரையில் பல சமயங்களில் இருந்திருக்கிறாள். அதெல்லாம் இப்போதும் மனதில் மங்காமல் தெளிவாகத் தெரிகிறது. அப்படியென்றால் இதுதானே அந்த கோயில்? யாரிடம் கேட்பது? கண்கள் சுற்றுமுற்றும் தேடின. எதிர்ப்பக்கம் சில பேர் நிற்பதைப் பார்த்தாள்.

வண்டியை அவர்கள் நின்றுகொண்டிருந்த இடத்தை நோக்கி ஓட்டினாள். அருகில் போய் நிறுத்தினாள். தலையில் இருந்த மேல் துணியைச் சரியாக்கி வண்டி கண்ணாடியைத் தாழ்த்தி அவர்களிடம் கேட்டாள். "சந்தன மடம் எங்க இருக்கு?." அவர்களில் ஒருவர் முன்னால் வந்து கேட்டார். "யாரைத் தேடறீங்க?." "சந்தன மடத்தில கே ராஜவர்மாவோட வீடு தெரியுமா? அவரோட மனைவி டாக்டர் ஸ்ரீதேவியத் தெரியுமா?."

"மேடம். காரக் கொஞ்சம் ஓரமா நிறுத்தினா மத்த வண்டிங்க போக வசதியா இருக்கும்." அந்த நல்ல மனிதனை ஆதரவுடன் பார்த்தாள். அவர் சொன்ன மாதிரியே காரை ஓரமாக நிறுத்தினாள். காரில் இருந்து இறங்கினாள். "கொஞ்சநேரம் காத்திருங்க. இங்க இருக்கற எல்லா வீட்டப்பத்தியும் தெரியற ஒரு கட்சிக்காரர் இருக்காரு. அவரக்கேட்டா அவர் விவரமா எல்லாத்தயும் சொல்வாரு." சொல்லிவிட்டு அவர் பாக்கெட்டில் இருந்து மொபைல் போனை எடுத்து கட்சிக்காரரைக் கூப்பிட்டார்.

மர்வா அவர்கள் பேசிக்கொள்வதைக் கவனமாகக் கேட்டாள். சிறிதுநேர உரையாடலுக்குப் பிறகு அவருடைய முகம் திடீரென்று வெளிறிப்போனது. "அப்படின்னா சரி" என்று சொல்லி போனை கட் செய்தபிறகு அவர் மர்வாவை துக்கத்துடன் பார்த்தார். நீங்க தேடிகிட்டு வந்த ராஜவர்மா செத்துப் போயிட்டாருன்னு அவரு சொன்னாரு." கண்ணீர்த் துளிகள் அவளுடைய காட்சியை மறைத்தது. வலதுகையால் வழியும் கண்ணீரைத் துடைத்துவிட்ட பிறகும் அனுசரணையில்லாமல் கண்ணீர் வந்துகொண்டிருந்தது.

“துக்கப்படாதீங்க. சில சமயம் நான் விசாரிச்ச ஆளுக்கும் அவரப் பத்தி தெரியாதா இருக்கும். பக்கத்துலேயேதான் சந்தன மடம் இருக்கு. கொஞ்ச தூரம் முன்னால போங்க. அந்த திருப்பத்துல இரண்டு வழி இருக்கும். வலப்பக்கமாப் போறது கோயிலுக்குப் போற வழி. இடதுபக்கமாப் போனா சந்தன மடத்துக்குப் போற வழி வரும். அங்கப்போனா எல்லாம் விவரமாத் தெரியும் இல்லயா?.” அவருக்கும், சுற்றிலும் இருந்தவர்களுக்கும் நன்றி சொல்லிவிட்டு அவள் அந்த வழியை நோக்கிக் காரைச் செலுத்தினாள். அதிக தூரம் போகவேண்டிய அவசியம் ஏற்படவில்லை.

அவர்கள் சொன்ன மாதிரி இடதுபக்கம் திரும்பியபோது தொலைவில் இருந்தே பழமையும், பாரம்பரியப் பெருமையும் உடையவீட்டைப்பார்த்தாள். “சந்தனமடம்.” எத்தனைமுறைஅந்தப் பெயரை அவள் ஏர் மெயில் கவரில் எழுதியிருக்கிறாள்! கடிதங்கள் மூலமாகவும், வாழ்த்து அட்டைகள் வழியாகவும் தகவல்களையும், விசேஷ சேதிகளையும் அவர்கள் ஒருவருக்கொருவர் பகிர்ந்து கொண்டிருந்தார்கள்?

காரை விட்டு வெளியில் இறங்கி சந்தன மடத்தை நோக்கி நடந்தாள். இரும்பு கேட்தான் இப்போது நுழைவாயில். அது வெளியில் இருந்து பெரிய தாழ்ப்பாள்போட்டுப் பூட்டப்பட்டிருந்தது. உட்பக்கக் காட்சிகள் எல்லாம் பூட்டி அடைத்துவைக்கப்பட்டிருந்தன. “இனிமே என்ன செய்யறது?.” அவள் சுற்றுமுற்றும் பார்த்தாள். தெருவில் யாரும் தென்படவில்லை. பலவிதமான எண்ணங்களுடன் காருக்குப் பக்கத்தில் திரும்பி நடந்தாள். அதற்கு நடுவில் சில பெண்களுடைய பேச்சு கொஞ்ச தூரத்தில் இருந்து கேட்பது போலத் தோன்றியது.

அந்தப் பகுதியில் சில நவநாகரீக வீடுகள் தோன்றியிருக்கின்றன. பேச்சு சத்தம் எங்கே இருந்து வருகிறது என்பதை அறிய சிறிதுநேரம் காதுகளைக் கூர்மையாக்கிக்கொண்டு நின்றாள். திடீரென்று பேச்சுக்கு நடுவில் சிரிக்கும் சத்தமும் பெரிதாகக் கேட்டது. அந்த இடத்தை நோக்கி ஒரு ஊகத்துடன் நடந்தாள். சாலையுடன் சேர்ந்து கட்டப்பட்டிருந்த வீட்டில் இருந்துதான் சத்தம் கேட்டது. அந்தச் சுற்றுவட்டாரத்தில் அப்படி ஒரு வீடு பட்டென்று கண்ணுக்குப் புலப்படாது.

சுற்றிலும் இருந்த வீடுகள் எல்லாம் அந்த அளவுக்குக் கவர்ச்சியுடன் இருந்தன. மதிலோ கேட்டோ இல்லாத அந்த வீட்டின் வாசல்படியில் ஏறினாள். அழைப்பு மணியை அடிக்க சுற்றிலும் தேடினாள். அப்படி ஒன்று அங்கே இல்லை.

உள்ளேயிருந்த பெண்களைப் பார்க்கமுடிந்தது. அவர்கள் எவரும் வெளியில் நடப்பதைக் கவனிக்கவில்லை. ஐந்து நிமிடம் வரைக்கும் காத்திருந்த பிறகு கதவை மெதுவாகத் தட்டிப் பார்த்தாள். உரத்த குரலில் பேசிக்கொண்டிருந்ததாலும், ஆர்பாட்டமான உரையாடலாலும் அந்தச் சத்தத்தை அவர்கள் கேட்கவில்லை.

கொஞ்சம் வலுவாகத் தட்டியபோதுதான் உள்ளே பேச்சுகள் பட்டென்று நின்றது. யாரோ வந்து வாசலைத் திறக்கும் ஓசை கேட்டது. வாசலைத் திறந்து வெளியில் வந்த பெண்ணின் உதட்டில் கேள்விக்குறியுடன் ஒரு புன்முறுவல் விரிந்தது. "சந்தன மடத்தைத் தேடி வந்தேன். கேட் தாழ்ப்பாள் போட்டுப் பூட்டியிருக்கு. அங்க இருந்தவங்க எங்க போனாங்கன்னு தெரியுமா?." "அந்த வீடு வருஷக்கணக்கா பூட்டிதானிருக்கு. இப்ப அங்க யாரும் இல்ல."" வர்மா சாரோட வீடுதானே அது?." "அவரு செத்துப்போயி பல வருஷமாயிடுச்சு. இப்ப தேவியக்கா மட்டும்தான் இருக்காங்க."

"அவுங்க இப்ப எங்க இருக்காங்க?." அந்தப் பெண் வாசற்படியில் இருந்து இறங்கி வந்து தூரத்தில் விரலை நீட்டிஅங்கே இருந்த ஒரு சின்ன வீட்டைக் காட்டினாள். "அங்கதான் இப்ப அக்கா இருக்காங்க. பெரிய மடம் பூட்டிதான் இருக்கு." மர்வா மெல்ல தலையாட்டியபடி அந்த சின்ன கேட்டை நோக்கி நடந்தாள். கேட்டின் உட்தாழ்ப்பாளைத் திறந்து முற்றத்தில் நுழைந்தாள். இரண்டு குட்டி மாமரங்களில் நிறைய மாவடுக்கள் இருந்தன. மிஞ்சிப்போனால் ஏழு வருட வயதே அவற்றிற்கு இருக்கும்.

வேறு செடி மரங்கள் இல்லை. சந்தன மடத்தின் பின்பக்கமாக இந்த வீடு இருந்தது. அதிக உயரமும் கவர்ச்சியும் இல்லாத சிறிய அழகான வீடு. வெள்ளை நிறத்தில் இருந்த அந்த வீடு அதற்கு கூடுதல் கவர்ச்சியைத் தந்தது. வாசல் திறந்தேதான் இருந்தது. என்றாலும் வெளியில் யாரையும் காணவில்லை. நிதானமாக வலதுபக்கம் இருந்த அழைப்புமணியை அழுத்தினாள். அழகான கிளிக்கொஞ்சல் சத்தம் அதில் இருந்து வெளிப்பட்டது.

உடனே உள்ளே இருந்து ஆள் அரவம் கேட்டது. ஒரு பெண்ணின் தெளிவில்லாத உருவம் தூரத்தில் இருந்து தெரிந்தது. அந்த உருவம் பக்கத்தில் வந்தது. தலைமுடி முழுவதும் நரைத்திருந்தது. ஆனால் உடம்பும், நடையும், நின்ற தோரணையும் சின்னவயசுப் பெண்ணைப் போலவே இருந்தது. நரைத்து வெளுத்துப்போன முடி அந்த உருவத்துக்குப் பொருந்தாததாக இருந்தது. உருவத்திலும், பாவத்திலும் பெரிய வித்தியாசம்

இல்லாத, செல்வச்செழிப்புப் பிரகாசிக்கும் முகத்தை அவள் கண்ணிமைக்காமல் பார்த்துக்கொண்டிருந்தாள்.

"யாரும்மா? தெரியல." மர்வாவுடைய கண்ணில் இருந்து கண்ணீர் வழிந்தோடியது. சாருடன் சேர்ந்து இருக்கும்போதுதான் தேவியக்காவை கடைசியாக அவள் பார்த்தாள். அந்தப் பெண் திகைப்புடன் மர்வாவைப் பார்த்தபடி நின்றாள். "வர்மா சாரோட மனைவி தேவியக்காதானே?." "ஆமாம். நீ யாருன்னு தெரியல. ஆனா எங்கயோ பாத்தமாதிரி இருக்கு." "நான் மர்வா. நாமப் பாத்து பல வருஷமாயிடுச்சு. ஞாபகப்படுத்த முடியுதா அக்கா?." அவளுடைய குரல் இடறியது. தேவி சில நிமிடங்கள் மர்வாவைப் பார்த்தபடி நின்றாள்.

"ஓ. ஞாபகம் வருது. ஞாபகம் வருது. உள்ள வா." அழைத்தாள். முன்னால் போய் இருக்கையைச் சுட்டிக்காட்டி அதில் உட்காரச்சொன்னாள். அவளும் இன்னொரு நாற்காலியில் உட்கார்ந்துகொண்டாள். "ரெண்டு மூனு நாளைக்கு முன்னால உன்னோட பரிசுப்பொருட்களப் பாத்தப்ப இப்ப நீ எங்க இருக்கியோன்னு நினைச்சுகிட்டேன்." "வர்மா சாரப் பத்தி ஒன்னும் தகவல் தெரியல. நிறய பேர்கிட்டக் கேட்டேன். ஆனா தெளிவான ஒரு பதில யாரும் தரல." "சார் செத்துப்போயி பதினாலு வருஷமாச்சு. இவ்வளவு லேட்டா தேடிகிட்டு வர்ற என்ன காரணம்?."

"மனசால ஒவ்வொரு நிமிஷமும் நினைச்சுகிட்டு இருந்தேன். தெரிஞ்சவங்க கிட்ட எல்லாம் விசாரிச்சுகிட்டும் இருந்தேன். இருபத்து ரெண்டு வருஷமா நான் வெளிநாட்டுல இருந்தேன். பொண்ணு பிறந்த பிறகு அவளுக்குக் ஊரச் சுத்திக் காட்டறதுக் காகத்தான் கடைசியா இங்க வந்தேன்." "அப்ப நீ இங்க ஊருக்கு வர்றது இல்லயா?. என்னிக்கு வந்த?." "வந்து கொஞ்ச மாசமாச்சு. இந்த வருஷம் முடியற மட்டும் இங்க இருப்பேன்.

வருஷக்கணக்கா சாரோட போன் வர்றது இல்ல. லெட்டர்களும் வர்றது நின்னுபோச்சு. பல பேர் கிட்ட கேட்டேன். ஆனா யாருக்கும் தெரியல. சந்தன மடத்துக்கு போன் செய்யவேணாம்னு ஒரு தடவை சார் கூப்பிட்டுச் சொன்னாரு. ஆனாலும் ஊருக்கு வந்தப்ப சாரப் பத்தி விசாரிக்க போன் செஞ்சேன். அப்ப நீங்கதான் எடுத்தீங்க. அவரப் பத்தி எதுவும் தெரியாதுன்னும் அவரப் பத்தி விசாரிச்சு இனிம போன் செய்யாதேன்னும் நீங்க சொன்னீங்க. போன் காலை கோபத்தோடு கட் செஞ்சீங்க.

அதனாலதான் அப்புறம் இங்க போன் செய்யல." "அன்னிக்கு இருந்த என்னோட மனநிலையில அப்படி சொல்லியிருப்பேன். இப்பவும் எல்லாத்தயும் மறக்க முயற்சி செஞ்சுகிட்டு இருக்கேன்." "என்ன மன்னிச்சுடுங்க அக்கா. யாரையும் சங்கடப்படுத்தவோ ஞாபகப்படுத்தவோ இப்ப இங்க நான் வரல. அவருக்கு மகளா இருந்தேன்னு நான் பல சமயத்துலயும் உணந்திருக்கேன். அது தான் அவரு என்னை கனவுல வந்து கூப்பிட்டாரு போல இருக்கு. ஒரு கனவுல நடப்பவ மாதிரி அவரத் தேடிகிட்டுப் புறப்பட்டேன்."

திகட்டிக்கொண்டு வந்த சங்கடத்தையும் துக்கத்தையும் அவள் பெருமூச்சுகளால் சமாளிக்க முயற்சி செய்துகொண்டிருந்தாள்." கடைசியா நான் ஒரேயொரு வேண்டுகோளை உங்ககிட்டக் கேட்டுக்கறேன். சாரோட சமாதி எங்க இருக்குன்னு சொல்லணும். அங்க போய் நான் பாக்கணும். அப்புறம் சாரோட புத்தகங்கள்ல ஏதாச்சும் ஒன்னை எனக்குத் தரணும்." "அதப் பத்தி எனக்கு எதுவும் தெரியாது. இங்கேர்ந்து ரெண்டாவது தடவை கிளம்பிப் போகறப்ப எல்லாத்தயும் எடுத்துகிட்டுப் போயிட்டாரு.

எந்த ஒரு ஞாபகத்தயும் விட்டுவைக்காமதான் அவரு போனாரு." "அப்ப சாரை எங்க அடக்கம் செஞ்சது?." "எனக்குத் தெரியாதும்மா. விவாகரத்துக் கேட்டு கேஸ் கொடுத்திருந்தாரு. ஒன்னு தெரியும். என்னைத் தோக்கடிக்கறதுக்காகக் கேஸோட தீர்ப்பு வர்ற நாளைக்கு முத நாள் ரயிலுக்கு அடியில தலய வச்சு தற்கொலை செஞ்சுகிட்டாரு." மர்வாவுடைய கண்ணிமைகளின் வழியாக ஒரு ரயில் ரத்தத்தைத் கக்கியபடி பாய்ந்துபோனது. அந்த ரத்தத் துளிகள் உடம்பில் விழுந்தது போல அவள் நடுங்கினாள்.

அது பூமிக்கே தாங்கமுடியாததாக இருந்தது. அவளுக்கு உடம்பு முழுவதும் வியர்த்தது. அந்த மாமனிதனுடைய அன்பை தோல்வியாக மதிப்பிட்ட தேவியுடைய முகத்தைப் பார்க்க விரும்பாமல் கண்களை இறுக்க மூடிக்கொண்டாள். அதற்கு அப்புறம் அவள் அங்கே இருக்கவில்லை. அதற்கு மேலும் எதையும் கேட்கும் சக்தி அவளுக்கு இல்லை. சொல்லிக்கொள்ளாமல் மர்வா படிகளில் இறங்கினாள்.

★★ ★★ ★★

2

"நண்பர்களில் மிக அமைதியானதும் நிரந்தரமானதும் புத்தகங்களே. உபதேசம் செய்பவர்களில் மிகச் சிறந்தவர்கள் ஞானிகளும் ஆசான்களில் மிகப் பொறுமையானவர்களும் அவர்களே"

– சார்ல்ஸ் வில்லியம் எலியட்

நகரின் மத்தியில் கலாச்சாரத்தின் பெருமை பேசும் கேரளத்தின் முக அடையாளமாகக் கம்பீரத்துடன் நிற்கும் சாகித்திய அகாடமியுடன் சேர்ந்திருக்கும் பொது நூல் நிலையத்தைத் தூரத்தில் இருந்து பார்த்திருக்கிறாள். அந்த வழியாகச் செல்லும்போது குட்டிக் குழந்தைகளைப் போல அவள் தலையைத் திருப்பித் திருப்பிப் பார்ப்பாள். புத்தகங்களுடைய மாயாலோகத்தில் இலவம்பஞ்சு போல பாரம் இல்லாமல் பறந்து உயர்ந்து ஒவ்வொன்றையும் தொட்டுத் தலைவருடி செல்லவேண்டும் என்று ஒருகாலத்தில் அவள் ஆசைப்பட்டதுண்டு. சாருடன் அந்த படிகளைத் தாண்டிப் போகும்போது முதல் தடவை ஸ்கூலுக்குப் போகிற சிறுமியைப் போல சந்தோஷப்பட்டாள். தூய வெள்ளைநிற மதிலுக்குள் பிரகாசத்தைப் பொழிந்துகொண்டிருந்த புத்தகங்களின் கூடாரத்துக்கு சாருடன் முக்கிய நுழைவாயிலைத் தாண்டிச் செல்லும்போது எழுத்துக்களை நெஞ்சுடன் சேர்த்துவைக்க ஆசைப்பட்டாள். பெரிய முற்றத்தின் நட்டநடுவில் வட்டவடிவத்தில் புதர் செடிகள் அழகுசுந்தரியாக அணிவகுத்து நின்றன. வாசற்படிகளில் ஏறி வராந்தாவில் இருந்து நேராக முதன்மை ஹாலுக்குப் போனார்கள். அங்கே காத்துக்கொண்டிருக்கவேண்டும் என்று சமிஞ்ஞை செய்துவிட்டு சார் ஆபீஸ் ரூமுக்குள் போனார். கொஞ்சநேரத்துக்குப் பிறகு திரும்பவந்து இளம் நீல நிறத்தில் இருந்த கார்டை அவளிடம் புன்முறுவலுடன் நீட்டினார். உறுப்பினர் அட்டை கையில் கிடைத்தபோது ஏதோ ஒரு அதிசய உலகத்தை ஜெயித்தது போன்ற உணர்வு அவளுக்கு ஏற்பட்டது. மேல்மாடிக்கு ஏறிச்செல்லும்போது

பேராவலுடன் ஒவ்வொரு படியையும் தாண்டினாள். "தனியா இங்க வராத. தோழிங்களக் கூட்டிகிட்டு வரணும். இல்லாட்டா எனக்கு ஓய்வா இருக்கறப்ப நான் உன்னைக் கூட்டிகிட்டு வரேன்." அவள் அனுசரணையுடன் தலையை ஆட்டினாள். அறிவுலகத்திலும் கூட பெண்களுக்குப் பாதுகாப்பு இல்லை. "சாருக்குதான் எவ்வளவு அக்கறை! அப்பாக்குதான் இந்த அளவுக்கு எங்கிட்ட அக்கறை இருந்தது" நினைத்துக்கொண்டாள்.

பல வருடங்களுக்குப் பிறகு மறுபடியும் ஞாபகங்களைத் தேடி அங்கே செல்லும்போது மர்வா காயம்பட்டது போல சோர்ந்து போயிருந்தாள். எல்லாம் நிறம் மங்கியது போல தோன்றியது. சில சமயம் மனது காயப்பட்டதால் காட்சிகளும் மங்கியிருந்தன. நேராக ஆபீஸ் ரூமுக்குப் போனாள். அங்கே நூலகர் கொஞ்சம் பிசியாக இருந்தார். அவர் செய்துகொண்டிருந்த வேலைகளை முடிப்பதற்காகக் காத்துக்கொண்டிருந்தாள். அம்மா பத்திரமாகப் பாதுகாத்து வைத்திருந்த நீல நிற பெரிய கவர் போல இருந்த தோல் பையைத் திறந்து பார்த்தாள். பல வருடங்கள் ஆகிவிட்ட பிறகும் அதில் ஒரு கீறல் கூட விழாமல் அதைப் பத்திரமாகப் பாதுகாத்து வைத்திருந்தாள். ஞாபகங்களின் பல உருவங்கள் அதற்குள் பத்திரமாக இருந்தன. சமரனுக்கு எழுதி அனுப்பும் ஏர் மெயில் கவர்களை ஒரு சுருக்கம் கூட விழாமல் அதற்குள் அதேபோல பத்திரமாக வைத்திருந்தாள். கல்யாணம் முடிந்து வெளிநாட்டுக்குப் போவதற்கு முன்புள்ள குறைந்த காலத்தில் அவனுக்குத் தினமும் டயரி எழுதுவது போல கடிதங்களை எழுதி வாரத்துக்கு ஒரு தடவை போஸ்ட் செய்தாள். அவனும் அதே போல செய்தான். தன்னுடைய பைத்தியக்காரத்தனங்களுக்கு எல்லாம் அவனும் ஈடு கொடுத்தான். காபி பொடி நிறம் உள்ள கேத்தலிக் சிரியன் பேங்க்கின் பாஸ் புத்தகம். முதல் தடவை வங்கிக் கணக்கை அங்கேயிருந்துதான் ஆரம்பித்திருந்தாள். அதில் இப்போதும் 2500 ரூபாய் இருக்கிறது. ஆனால் வங்கி இப்போது அங்கே இல்லை. வேறு ஒரு கிளையுடன் சேர்த்துவிட்டார்கள். இவர்களுக்கு இடையில் பத்திரமாக ஓய்வெடுத்துக் கொண்டிருக்கும் மிக சந்தோஷத்துடன் வைத்துக் கொண்டிருந்த உறுப்பினர் அட்டை. அந்த ஞாபகம் அவளுடைய கண்களை ஈரப்படுத்தியது. வாழ்க்கையில்தான் எத்தனையெத்தனை திருப்பங்கள்! அவளுடைய நினைவுகளில் எப்போதும் பிரகாசத்துடன் ஜொலிக்கும் இடம் அது. வேலைகளை எல்லாம் முடித்தவுடன் நூலகர் கூப்பிட்டார். எதிரில் இருந்த இருக்கையில் உட்காரச்சொல்லிச் சைகை செய்தார்.

“மேடம் யாருன்னு தெரியல.” “நான் மர்வா. பல வருஷங்களுக்கு முன்னால இங்க மெம்பரா இருந்தேன்.” மெம்பர்ஷிப் கார்டை நீட்டினாள். அதை வாங்கிப் புரட்டிப்புரட்டிப் பார்த்த அவர் புன்னகை செய்தார். “இத்தன வருஷமானதுக்கு அப்புறமும் இந்த அளவுக்கு இத பத்திரமா வச்சிருக்கீங்களே!.” முதல் தடவையாக கார்டு கிடைத்தபோது ஏற்பட்ட அதே சந்தோஷத்துடன் அவள் மனம்விட்டு சிரித்தாள். “பழைய கார்டோட ஒருத்தர் பல வருஷங்களுக்கு அப்புறம் வர்றது இதுதான் முத தடவை. சிஸ்ட்டத்துல செக் செய்யட்டுமா? கார்டில் இருந்த பெயரையும் முகவரியையும் டைப் செய்தபோதே கம்ப்யூட்டரில் மர்வாவுடைய பேரும் விவரங்களும் திரையில் மின்னின. அவர் புன்முறுவலுடன் அவளைப் பார்த்தார். “இனிம புது கார்டு ஒன்னு எடுத்தாப் போதும். பல வருஷமாயிடுச்சு இல்லயா?.” “அதுக்கு என்ன புரோசீஜர்?. இங்க மெம்பரா இருந்த வர்மா சாரோட கேர் ஆஃப்லதான் இந்த கார்டு எடுத்தது.” “முதல் தடவை மெம்பர்ஷிப் எடுக்கறப்ப இங்க மெம்பரா இருக்கற யாராச்சும் சிபாரிசு செய்யணும். மேடம் பழைய மெம்பர்ன்னுதான் சிஸ்ட்டத்தில இருக்கே? 1500 ரூபாயும் ரெண்டு பாஸ்போர்ட் சைஸ் போட்டோவயும் கொடுத்தா இப்பவே நீங்க புது மெம்பராயிடலாம்.” “போட்டோவ எடுத்துகிட்டு நாளைக்கு வரேன். எனக்குக் கொஞ்சம் விவரங்க தெரியணும். சார் எனக்கு உதவி செய்யணும்.” “சொல்லுங்க. என்னால முடியறத நிச்சயமா செய்யறேன்.” “கே ராஜவர்மாங்கறவரத் தெரிஞ்சவங்க யாராச்சும் இங்க இருக்காங்களா? பதினாலு வருஷத்துக்கு முன்னால அவரு செத்துப் போயிட்டாரு.” “சிஸ்ட்டத்திலப் பாக்கறேன்.” சொல்லிவிட்டு அவர் கம்ப்யூட்டர் பக்கம் திரும்பினார். கவனமாக டைப் செய்தார். புன்னகையுடன் தலையை நிமிர்த்தினார். “கே ஆர் வர்மாவோட ரெண்டு மெம்பர்ஷிப் இங்க இருக்கு. நான் இங்க வந்து மூனு வருஷம்தான் ஆகுது. இதுக்கு முன்னால இங்க வேல பாத்தவரு கிட்ட விசாரிச்சா ஏதாச்சும் தகவல் கிடைக்குமான்னு பாக்கறேன்.” “உங்க போன் நம்பர் தர்றதுல ஏதாச்சும் கஷ்டம் இருக்கா?.” “அதுல என்ன கஷ்டம் இருக்கு? நம்பர் சொல்றேன். சேவ் செஞ்சுக்கங்க. விசாரிச்சு வைக்கறேன்.” மர்வா இருக்கையில் இருந்து எழுந்து அவரிடம் விடைபெற்றுக்கொண்டு புறப்பட்டாள். பழையகாலம் இளம்காற்றாக அவளைச்சுற்றி தலைவருடிப் போனது. காலேஜில் இருந்து நேராக ஹாஸ்டலுக்குப் போகாமல் லைப்ரரிக்கு முன்னால் காத்துக்கொண்டு நிற்பது அவளுக்கு வாடிக்கையாக இருந்தது. சார் வந்த பிறகே உள்ளே போவாள். சார் படிப்பதற்குரிய புத்தகங்களைத் தேர்ந்தெடுத்துத் தருவார். ஒரு

வாரத்துக்குள் படித்து முடிக்கவேண்டும். லைப்ரரியில் இருந்து கிளம்ப லேட்டாகிவிட்டால் ஹாஸ்டல் வரை கூடவே வருவார். பாதுகாப்பாகக் கொண்டுவந்துவிட்ட பிறகே திரும்பிப்போவார். சாருக்கு ரொம்பவும் பிடித்த இந்த புத்தக உலகத்திற்குதான் அவரைப் பற்றிய தேடலுக்காக அவள் முதலில் வந்து சேர்ந்திருக்கிறாள். மனது இப்போதும் என்னவென்று தெரியாத சிந்தனைகளில் மூழ்கியிருந்தது. இந்தத் தேடலை எப்படி கொண்டு செல்வது என்று தெரியாமல் சங்கடப்பட்டாள். பதினாலு வருஷம் முன்பு செத்துப்போன தனிமைப்படுத்தப்பட்ட ஒரு ஆளைத் தேடும் பயணத்தின் ஆரம்பம் இது. எதிலும் எதற்கும் ஒரு தெளிவு இல்லை. நடப்பவை எல்லாம் அவளுக்கே தெரியாமல் அவளை எங்கேயோ கொண்டு போவது போலத் தோன்றியது. இதற்கெல்லாம் என்ன அர்த்தம்? அதன் நோக்கம் என்ன? இத்தனை வருஷங்களை அவளுடைய ஞாபகங்களில் இருந்து யாரோ பறித்துச் சென்றிருக்கிறார்கள். அதையெல்லாம் தேடிதான் இப்போது இந்தப் பயணம். மனதுக்குக் கொஞ்சமாவது நிம்மதி கிடைக்கவேண்டும் என்றால் அவரைப் பற்றி தெரிந்துகொள்ளவேண்டும். அவர் இறந்ததற்குப் பிறகு அவருக்கு இறுதிச்சடங்குகள் செய்தது யார் என்று தெரிந்துகொள்ளவேண்டும்.

★★ ★★ ★★

3

“முன்னோக்கி செல்வதற்கு உள்ள இரகசியம் ஆரம்பிக்கிறது”

– மார்க் ட்வைன்

யுத்தம் முடிந்து கைவிடப்பட்ட ஒரு வெறுமை அங்கே தளம் கட்டிக்கிடந்தது. படியிறங்கிப்போன ஜொலிக்கும் இளமைக் காலத்தை நினைத்துக் கவலைப்படாமல் முதுமையை வரவேற்கத் தயாராகிக் கொண்டிருந்த அந்தக் கட்டிடம் கனவுகளின் ஒரு கூடு போலக் காட்சியளித்தது. நேரமில்லாமல் ஆனால் திருவிழா மைதானம் போல எப்போதும் ஆள் நடமாட்டம் இருந்த அந்த காலத்துப் பெயர்பெற்ற தனியார் கல்லூரியின் வடிவத்தில் என்னென்னவோ மாற்றங்கள் ஏற்பட்டிருந்தன. சாலையுடன் சேர்ந்து இருந்த ஆபீஸ் கட்டிடத்துக்கு ஏறிச் சென்றாள். இடது பக்கத்தில் சிறிய ஒரு கண்ணாடி கேபின் இருந்தது தெரிந்தது. அதனுள் தலையைக் குனிந்துகொண்டிருக்கும் ஒரு பெண்.

“இங்க யாருமில்லயா?.”

“மேடம் யாரைத் தேடறீங்க?.”

“மாத்யூ சார் இருக்காரா?.”

“சார் உள்ள இருக்காரு.”

அந்தப் பெண் கை நீட்டிக் காட்டிய வாசலுக்குப் பக்கத்தில் நடந்தாள். கதவைப் பாதி திறந்து உள்ளே நுழைந்தாள். அந்த அறைக்கு மாற்றங்கள் ஒன்றும் பெரிதாக ஏற்படவில்லை. பல தடவை சென்று வந்த அறை. அதனால் அந்த இடம் அவளுக்கு நன்றாக அறிமுகமாகியிருந்தது. பழையகாலத்தின் மூச்சு முட்டும் வாசனை அங்கே நிறைந்திருந்தது. மூக்கை அகலமாக்கி அந்த வாசனையை மெல்லநுகர்ந்தாள். மாத்யூசார் அவளைப் பார்த்துவிட்டு புன்முறுவலை உதிர்த்து உட்காரச் சொன்னார். உட்கார்ந்தாள். பழைய மாணவி என்று அறிமுகப்படுத்திக் கொண்டு இருபத்தைந்து

வருட காலத்து நினைவுகளை ஞாபகப்படுத்திக் கொள்ள அவருக்கு கஷ்டமாக இருக்கும் என்று அவளுக்குத் தோன்றியது. அங்கே எத்தனை எத்தனை முகங்கள் வந்து போயிருக்கின்றன? ஆனால் அவர் மேலதிக விவரங்கள் எதையும் கேட்காமல் பல நாள் பழகியவரைப் போல பலவற்றைப் பற்றியும் பேசினார். பிரைவேட் காலேஜ்களுடைய பொற்காலம் முடிவுக்கு வந்திருக்கிறது என்று அவருடைய உரையாடலில் இருந்து தெளிவாகத் தெரிந்தது. இப்போது இருக்கும் கல்வி முறைகளின் அடிப்படையில் ஒரு கல்வி நிறுவனத்தை நடத்திக்கொண்டு போவதற்கே எவ்வளவு கஷ்டமாக இருக்கிறது என்று அவர் விவரமாகச் சொன்னபோது அவருடைய முகத்தில் விரக்தியின் நிழல் படர்ந்திருந்தது. பேரலல் காலேஜ் என்று பரிகாசமாக அழைக்கப்பட்ட அந்த காலேஜ் மாணவர்கள் ரேங்க் வாங்கியதற்கு எதிராக அடுத்த வருடம் முதல் பல்கலைக்கழக தேர்வுகளில் மாற்றங்களை ஏற்படுத்தி தனியார் கல்லூரிகளில் படித்த மாணவர்களைக் கஷ்டப்படுத்திய சம்பவங்களை அவர் விரிவாகச் சொன்னார். இதைப் பற்றி எல்லாம் தெரிந்துகொள்ள காலதாமதம் ஆனது பற்றி அவளுக்கு சங்கடமாக இருந்தது. இந்த கல்லூரி கொடுத்த தன்னம்பிக்கையும், ஊக்கமும் அவளுடைய வாழ்க்கையில் பல வழியில் அளவில்லாத தாக்கத்தை ஏற்படுத்தியிருந்தது. எல்லாவிதத்திலும் மாணவர்கள் வளர்வதற்குரிய சூழ்நிலையை அந்தக் கல்விக்கூடம் ஏற்படுத்தித் தந்திருந்தது. அதனால்தான் மற்ற எல்லா அமைப்புகளைக் காட்டிலும் இங்கே ஈர்ப்பு ஏற்பட்டிருந்தது. இலக்கிய சர்ச்சைகள், சொற்பொழிவுகள் நடத்தி மாணவர்களை உற்சாகமூட்டியது. இந்தக் கல்லூரிதான் தந்தை போலிருந்த வர்மா சாரை கொடுத்தது. அவருடைய வாழ்க்கையைத் தேடிய பயணத்தில் இந்த இடம் தவிர்க்கமுடியாதது. இரண்டு பேருக்கும் இடையில் இருந்த நெருக்கத்தைப் பற்றி அவளுக்குத் தெரியும். அதனால் மாத்யூ சாரிடம் இருந்து கிடைக்கும் விவரங்கள் தன்னுடைய இலட்சியத்துக்குப் பெரிதும் உதவிசெய்யும் என்று தோன்றியது. மாத்யூ சாரிடம் பழைய வகுப்பறையைப் பார்க்க அனுமதி கேட்டாள்.

“இதுக்கு அப்புறமும் இந்த காலேஜ்ல படிக்க உத்தேசம் இருக்கா?.” அவர் கிண்டல் செய்தார்.

“மறந்துபோன பாடப்பகுதியை எல்லாம் ஞாபகப்படுத்த முடிஞ்சா நிச்சயமா இங்க வந்து சேந்துடுவேன்?.” அவள் அவருடைய கிண்டலை ரசித்து ஏற்றுக்கொண்டு பதில் சொன்னாள். பூட்டப்பட்டிருந்த வகுப்பறையுடைய சாவியுடன் கேபினில் இருந்த இளம்பெண் வந்தாள். அவள் அறையைத் திறந்தபோது

பழைய வகுப்பறையின் நாட்கள், அதன் நினைவுகள் மர்வாவுடைய காதுகளில் பாய்ந்து பெருக்கெடுத்தன.

Literature, poetry, drama, fiction can be enjoyed in two ways as a lay man enjoy it and methodically as trained man does. In the one case the impression of it's worth is value even confused in the other it is fully accounted for. It is in this later mode of enjoying is it is called criticism. A critic is an ideal reader havin travelled much in the reeams of gold. He brings to bear a trade judgement on whatever he reads. To him no work of art is good or bad. Enjoyable or unenjoyable. Meaningful or meaningless. Unless he has subjected through examination. Criticism therefore is born of cristening. He never takes a writer or he is worth on trust."

(“இலக்கியம். கவிதை. நாடகம். புனைவு. இதையெல்லாம் இரண்டு விதங்களில் இரசிக்கலாம். ஒரு சாதாரண மனிதன் இதையெல்லாம் முறையறியாமல் ரசிக்கிறான். படித்தவன் முறைப்படி ரசிக்கிறான். இரண்டாவது மனிதன் இரசிப்பதே விமரிசனம் எனப்படுகிறது. விமரிசகன் என்பவன் ஒரு நல்ல வாசகன். பல வழிகளிலும் பயணம் செய்பவன். எதைப் பற்றி படிக்கிறானோ அதைப் பற்றி அவன் தீர்ப்பு சொல்கிறான். எழுத்தாளன் நல்லவனா கெட்டவனா.. படிக்கும் பகுதி அனுபவிப்பதாக இருக்கிறதா இல்லையா வாசிக்க முடியக்கூடியதா இல்லை முடியாததா என்பதைப் பற்றியெல்லாம் அவன் கவலைப்படுவதில்லை. அதையெல்லாம் தேர்வுக்குப் பாடமாக வைக்கும்போதே அவன் இதைப் பற்றியெல்லாம் யோசிக்கிறான். அதனால் விமரிசனம் என்பது கேள்விகளில் இருந்தே பிறக்கிறது. அதனால் விமரிசகனுக்கு எழுத்தாளரைப் பற்றியோ, அவனுடைய நம்பகத்தன்மையைப் பற்றியோ எந்தக் கவலையும் இல்லை.”)

வர்மா சாருடைய வார்த்தைகள் இப்போதும் காற்று மண்டலத்தில் முழங்கிக் கொண்டிருப்பதாக தோன்றியது. சில மனிதர்கள் மண்ணோடு மண்ணாகப் போனாலும் பலவற்றின் வழியாக வாழ்கிறார்கள். அவளையும் அறியாமல் அவள் முதல் பெஞ்ச்சின் வலதுபக்கம் சாய்ந்துகொண்டு நின்றாள். அந்த நிமிடம் பல வருடங்களுக்கு முன்பு வாழ்ந்த மர்வாவாக மாறிப்போனாள். சத்தமில்லாமல் பல காட்சிகளும் கண் முன்னால் விரிந்தன. சாருடைய குரலை ஒரு தடவை கேட்டால் அப்புறம் யாரும் மறக்கமாட்டார்கள். கம்பீரமான மொழியின் நடையும், உச்சரிப்பு சுத்தமும் மாணவர்களை அவருடைய வகுப்புகளில் தவறாமல் வருகை தருபவர்களாக மாற்றியது. ஆங்கில இலக்கியத்தை

இதயத்துடன் சேர்த்து நிறுத்த அவருடைய வகுப்புகளுக்கு சக்தி இருந்தது. கடைசி வருட வகுப்புகளில் விரல் விட்டு எண்ணக்கூடிய மாணவர்களே இருந்தார்கள். மாணவர்களுக்கு எப்போதும் தலைவலியாக இருந்த கிரிட்டிசிசம் வகுப்புகளை மிகப் பிடித்தமானதாக மாற்றியது அவருடைய அனாயாசமான பாடம் சொல்லிக்கொடுக்கும் திறனே. அவர் கம்பீரத்தோடு மறுபடி மறுபடி சொல்லும் ஒவ்வொரு வார்த்தையும் லட்சம் ரூபாய்நோட்டுகளாக்கி அவள் பத்திரப்படுத்தி வைத்தாள். கடைசி வருடத்தில்தான் அவள் கடைசி வரிசையில் இருந்து முன் வரிசைக்கு மாறினாள். சார் வகுப்பின் பொறுப்பை ஏற்றுக்கொண்ட பிறகு மாணவர்களிடம் தனி நேசத்தோடு பழகினார். முன் வருடங்களில் அவருடைய வகுப்புகளில் எல்லோரும் பயத்தோடுதான் இருந்தார்கள். அதற்கு பல காரணங்கள் இருந்தன. அவருடைய சுய விவரத்தை ஒரு தடவை வகுப்புக்கு வந்த வருகைப் பேராசிரியர் ஒருவர் விரிவாக சொன்னார். அதைக் கேட்டபோது இந்த அளவுக்கு மேதையாக இருந்த அவர் தனியார் கல்லூரியில் வகுப்பெடுக்கவேண்டிய அவசியம் என வந்தது என்று சிந்தித்ததுண்டு. பாடம் நடத்தும்போது மாணவர்கள் கவனக்குறைவாக இருந்தால் அவரிடம் அதிருப்தி ஏற்படுத்தும். அந்த மாதிரி நேரங்களில் அவர்களை எழுப்பி நிற்கவைத்து, “பிடிக்கலைன்னா வெளிய போயிடுங்க” என்று கோபத்தோடு சொல்லுவார். கொஞ்சம் பயத்தோடுதான் அவருடைய வகுப்புகளை எல்லோரும் கவனித்தார்கள். அந்த பயம்தான் வகுப்புகளைக் கவனமாகக் கேட்க உதவியது. முன் வரிசையில் எப்போது வலது பக்கம் உட்கார்ந்திருந்த அவளை அவருக்கு மற்ற மாணவர்களைவிட அறிமுகம் அதிகமாக இருந்தது. அந்த அறிமுகம் பிறகு வலிமை வாய்ந்த தோழமையாக மாறியது. கல்வியாண்டு முடிவுக்குவரும் நேரத்தில் அவரிடம் இருந்த பயம் பாசமாக மாறியது. ஆங்கில இலக்கியத்திலும், மொழியிலும் அவருக்கு இருந்த திறமை ஆராதனையுடன் கூடிய ஆர்வத்தை அவர் மீது ஏற்படுத்தியது. எந்த சந்தேகத்தை கேட்பதற்குச் சுதந்திரமும், நம்பிக்கையும் அவர்களுக்கு நடுவில் வளர்ந்தது. ரொம்ப சீக்கிரமாகவே அந்த வருடம் முடிந்துவிட்டது போல மாணவர்களுக்குத் தோன்றியது. எதிர்பார்த்ததைவிட உயர்ந்த தேர்வு முடிவுகள் வந்தது. நல்ல மார்க்குடன் எல்லோரும் தேர்ச்சி பெற்று பட்டப்படிப்பை முடித்தார்கள். அந்த சந்தோஷத்தைப் பகிர கல்லூரிக்குப் போனபோது பிடித்தமான ஆசான் அங்கேயிருந்து போய்விட்டதையும், முதுகலை இலக்கிய படிப்புகளை கல்லூரி அந்த வருடம் முதல் நிறுத்திவிட்டதையும் அவளுக்குத்

தெரியவந்தது. அன்று மிகுந்த வேதனையுடன்தான் கல்லூரியில் இருந்து கிளம்பினாள். ஆனால் அன்றைக்கே வீட்டுக்கு ஒரு போன் வந்தது. அது வர்மா சார்தான். யாருடனும் நெருக்கம் காட்டும் பழக்கமில்லாதவராக அவர் இருந்தார். முகம் எப்போதும் கடுகடுவென்று இருக்கும். ஒரு நேரமும் சிரித்துப் பார்க்காத அந்த மனிதரிடம் இருந்து வந்த போன் அவளுக்கு ஆச்சரியத்தை ஏற்படுத்தியது. ரிசல்ட்டைப் பற்றி சொன்னபோது தொடர்ந்து மேற்படிப்புப் படிக்க நல்ல கல்லூரியைப் பரிந்துரை செய்தார். அப்புறம் இரண்டு வருட காலம் வார்த்தைகளால் விவரிக்க முடியாத ஒரு குரு சீடர் சொந்தம் அவர்களுக்கு நடுவில் வளர்ந்து படர்ந்து பந்தலிட்டது. அதன் ஆழம் நாளுக்குநாள் அதிகமானது. எதிர்பாராத காலத்தில் நஷ்டமான ஒரு தந்தையுடைய பாசத்தை மறுபடி உணர்ந்தாள். எல்லா விசேஷ நாட்களிலும் குடும்பத்தோடு அவர் ஆதரவாக நிறைந்து நின்றார். கல்யாணத்துக்கு அப்புறம் வெளிநாட்டுக்குப் போன போதும் கடிதங்கள் போன் அழைப்புகள் மூலமும் அந்த சொந்தம் தொடர்ந்தது. ஆனால் திடீரென்று ஒரு நாள் அவர் காணாமல் போய்விட்டார்.

★★ ★★ ★★

4

"கூட்டத்தைப் பின்தொடரும் மனிதன் சாதாரணமாக அந்த கூட்டத்தை விட்டு அதற்கு அப்பால் போவதில்லை. ஒற்றைக்கு நடக்கும் ஒரு ஆள் இதுவரை யாரும் பார்க்காத இடங்களை புதிதாகக் கண்டறிவான்"

– ஆல்பர்ட் ஐன்ஸ்டீன்

மாத்யூ சாருக்கு வர்மா சாரைப் பற்றிய அறிவு குறைவாகவே இருந்தது. ஒரு முன்னாள் மாணவி அவளுக்குப் பிடித்தமான ஒரு ஆசிரியரைத் தேடி வந்திருக்கிறாள். அவர் அவ்வளவுதான் நினைத்தார். ஆத்மார்த்தமான சொந்தம் பற்றி எல்லாம் அவர் மாதிரி இருக்கும் பிசினெஸ்காரர்களுக்குப் புரியாது. இதற்கு மேலும் அங்கே இருந்து ஒரு பயனும் இல்லை என்று புரிந்தது. கடைசிகாலத்தில் அவர் வேலைப் பார்த்துக்கொண்டிருந்த இரண்டு கல்லூரிகளைத் தேடிப் பயணிக்கவேண்டும். அந்தப் பகுதியில் பெயர் பெற்ற இரண்டு கல்லூரிகளில் ஒன்று அப்போது செயல்படவில்லை. மூடப்பட்டுவிட்டது. அதற்கு மேலும் எதையும் யோசிக்காமல் புறப்பட்டாள். மாத்யூ சார் சொன்ன அடையாளங்களை வைத்து அவர் சொன்ன சாலையில் போய்க்கொண்டிருந்தாள். நெரிசல் அதிகமாக இருந்த நெடுஞ்சாலையில் காரை ஓட்டிக்கொண்டு போவது சிரமமாக இருந்தது. இடம் நெருங்கத் தொடங்கியவுடன் காரின் வேகத்தைக் குறைத்தாள். பின்னால் வந்த வாகனங்கள் பேரிரைச்சலுடன் ஹாரனை ஒலிக்கவிட்டு தங்களுடைய எதிர்ப்பைக் காட்டினார்கள். நெடுஞ்சாலையில் மெதுவாக கார் ஓட்டுவது சாகசம் போலத் தோன்றியது. சுற்றுமுற்றும் கண்களை சுழலவிட்டாள். சட்டென்று வலது பக்கத்தில் கல்லூரியின் பெயர் எழுதப்பட்ட பலகையுடன் பெரிய வாசல் தெரிந்தது. வண்டியை அங்கே திருப்பினாள். கேட் மூடியிருந்தது. வாட்ச்மேனிடம் பிரின்சிபாலைப் பார்க்கவேண்டும் என்று சொன்னபோது அவர் கேட்டைத் திறந்துவிட்டார். அகலமான கல்லூரி வளாகத்தில்

நிழல் தரும் மரங்களும் அலங்காரச் செடிகளும் அழகாக வெட்டி பராமரிக்கப்பட்டிருந்தன. பார்க்கிங் ஏரியாவில் காரைப் பார்க் செய்த பிறகு ஆபீசை நோக்கி நடந்தாள். பெரிய ரிசப்ஷன் ஏரியாவில் பல வேலைகளைச் செய்வதற்காக பல ஊழியர்கள் இருந்தார்கள். அதில் சிறிய வயதுப் பெண்களே அதிகம். அவர்களில் மிக இளையவளாகத் தெரிந்த ஒருத்தியிடம் போய் நின்றாள். அந்தப் பெண் மர்வாவை கேள்விக்குறியுடன் பார்த்தாள். "பிரின்சிபால் ரூம் எங்க இருக்கு?." "எதுக்காக அவரைப் பாக்கணும்?." "எத்தனை வருஷமா நீங்க இங்க வேலை பாக்கறீங்க?." "அதெல்லாம் உங்களுக்கு எதுக்கு? என்ன வேணும்னு சொல்லுங்க." அவளுடைய பழகும்விதம் மர்வாவுக்கு எரிச்சலை ஏற்படுத்தியது. "கேக்காம போகமுடியாதே. நமக்கு வேலை ஆகணும்னா நாமதானே பொறுமையா இருக்கணும்." தன்னை சமாதானப்படுத்திக்கொண்ட மர்வா சொன்னாள். "பதினாலு வருஷத்துக்கு முன்னால இஞ்க வேலை பாத்த ஒருத்தர தேடி வந்தேன்." "யாருன்னு சொல்லுங்க. பேரு சொல்லாம எப்படி சொல்லமுடியும்?." "கே.ஆர்.வர்மாஆங்கில இலக்கியம் எடுத்தாரு." அந்தப் பெண்ணுடைய முகத்தில் தோன்றிய பாவ மாற்றத்தை மர்வா கவனித்தாள். அவள் சட்டென்று முகத்தைக் குனிந்துகொண்டாள். மர்வாவை கவனிக்காதது போல இருந்தாள். அந்த முகத்தை உற்றுப் பார்த்தபோது அவளுக்கு சாரைப் பற்றித் தெரியும் என்று மர்வாவுக்கு உறுதியாகத் தோன்றியது. "கடைசிகாலத்தில் சார் இங்கதான் வேலை பாத்தாரு." ஆனால் அந்தப் பெண் முகம் தராமல் வேலை பார்ப்பது போல பாசாங்கு செய்தாள். "பதில் சொல்ல ஏன் இவ்வளவு நேரமாகுது?." "எனக்கு அப்படி ஒருத்தரப் பத்தி ஞாபகம் இல்ல." அவள் எதையோ மறைக்கிறாள் என்பது மர்வாவுக்குப் புரிந்தது. ஒரு கல்லூரியில் வேலை பார்க்கும் ஒரு ஊழியர் இப்படியா மோசமாக நடந்துகொள்வது? விமரிசிக்காமல் மர்வாவால் இருக்க முடியவில்லை. "நீங்க என்ன மனுஷங்களைப் பாக்காதது மாதிரி நடந்துக்கறீங்க?." அதை மட்டும் சொல்லிவிட்டு மர்வா மற்றொரு ஊழியரிடம் பிரின்சிபால் ரூம் எங்கே என்று விசாரித்தாள். அந்த ஊழியர் இன்னொரு கட்டிடத்தை சுட்டிக்காட்டி வழி சொன்னார். "அதோ அங்க இருக்கு பாருங்க அந்தக் கட்டடம்தான்." அவருக்கு நன்றி சொல்லிவிட்டு அந்தக் கட்டிடத்தை நோக்கி நடந்தாள்.

★★ ★★ ★★

5

"உலகில் மிக அழகான விஷயங்களைப் பார்க்கவோ தொடவோ முடியாது. இதயத்தால் அனுபவிக்கவேண்டும்"

– ஹெலன் கெல்லர்.

"பிரியமான மகளுக்கு,

அமைதி தவழற பூந்தோட்டத்துல அழகழகான பூக்கள ஒழுங்கா வச்சிருக்கறது மாதிரிதான் இப்ப இருக்கற கல்லூரி வாழ்க்கை. அறுபதுக்கும் குறையாத ஆசிரியர் பல சமயத்துல நேரம் தவறாம வந்து போகற இந்த இடம் நம்ம காலேஜை விட வித்தியாசமானதா இருக்கு. மாணவிங்க மட்டும் படிக்கறப்ப பாக்கற காட்சிகளை விட அழகானது இங்க இருக்கற ஆண் பெண் தோழமைங்க. சிரிச்சும் உல்லாசமாப் பேசிகிட்டும் ஸ்டூடண்ட்ஸ் எல்லாரும் நடந்து போறாங்க. இங்கேர்ந்து நான் இப்ப குடியிருக்கற புது இடம் நாலு கிலோமீட்டர்தான் இருக்கு. ஒரு வீட்டோட மேல் மாடியிலதான் நான் இப்ப இருக்கேன். வீட்டுக்கு சொந்தக்காரங்க கீழ இருக்காங்க. டீச்சரா இருக்கற அவுங்களுக்குக் குழந்தைங்க இல்ல. அப்பப்ப சுவையான ஆகாரம் தந்து உபசரிக்கிறாங்க. காலையில கொஞ்சமா ஏதாச்சும் சமைக்கறாங்க. பகல் சாப்பாடு பெரும்பாலும் ஹோட்டல்லேர்ந்துதான். வாரத்துக்கு ஒன்னு ரெண்டு நாள் கீழூர்ல போயி இருந்துட்டு வருவாங்க. நான் இருக்கற வீட்டுக்குப் பக்கத்துலயே லைப்ரரி இருக்கு. நம்ம பப்ளிக் லைப்ரரி மாதிரி பெரிசு இல்லைன்னாலும் எழுதறதும் வாசிக்கறதும் சுகமா நடக்குது. அங்கேர்ந்து நல்ல தோழமைங்களும் கிடைச்சிருக்கு. புத்தகங்களப் பத்தி விவாதிக்கறது நடுவுல குறுக்க அரசியலும் வர்றது உற்சாகமா இருக்கு. நஷ்டமாயிடுச்சுன்னு நினைச்ச பலதும் திரும்ப வந்து சேர்ந்தது மாதிரி. இனிம இங்கதான்னு உறுதியாயிருக்கப்போறேன். நீயும் குடும்பமும் நல்லா இருக்கீங்கன்னு நம்பறேன். பழைய முகவரிக்கு பதில் அனுப்பவேண்டாம். லைப்ரரியோட முகவரி லெட்டருக்குப் பின்னால எழுதியிருக்கேன். லைப்ரரியன் நெருக்கமான நண்பன். கூட வேலை பாக்கறாரு"

அன்புடன்,

வர்மா.

மர்வா கடிதத்தின் எழுத்துக்கள் வழியாக கண்களை மறுபடியும் ஓடவிட்டாள். ஆமாம். கடிதத்தில் குறிப்பிட்டிருந்த காலேஜ் இதுதான். அவள் கடிதத்தை மடக்கி கைப்பையில் மறுபடியும் பத்திரமாக வைத்தாள். ப்யூன் வந்து உள்ளே கூப்பிடும்வரை ஏதேதோ எண்ணங்களில் மூழ்கியிருந்தாள்.

நன்றாக பழகும் தன்மையுடைய வயதான பிரின்சிபால் அவளை வரவேற்றார். “வர்மா சாரத் தேடி வந்தீங்க இல்லயா?.” அவள் அவள் அங்கே எதற்காக வந்தாள் என்பதை தெரிந்து வைத்திருந்தார். “ஆமாம். சாரோட ஆபீஸ் ஸ்டாஃப் தெரியாதுன்னு சொன்னாங்க. அப்ப வர்மா சார் கடைசியா இங்கதான் வேலை பாத்தாரு.” “அவுங்க சார்புல நான் உங்ககிட்ட அதுக்காக மன்னிப்பு கேட்டுக்கறேன்.” “இந்த இடத்த பத்தி ரொம்ப அழகா சார் வர்ணிச்சிருக்காரு. இங்க வந்தப்ப முன்னாலயே வந்தது மாதிரி மனசுக்கு தோனினதும் அதனாலதான்.” அவளுடைய மனம் திறந்த பேச்சு அவரை சந்தோஷப்படுத்தியது. “சார் கடைசியா இங்கதான் வேலை பாத்தாரு. ஆனா அவரைப் பத்தி திறமைசாலியான பேராசிரியருங்கறதத் தவிர தனிப்பட்டமுறையில எனக்கு எதுவும் தெரியாது.” “இத்தன வருஷம் இந்த காலேஜ்ல நீங்க வேலை பாத்தும்கூட அவரப் பத்தி விசாரிக்கலயா?.” “அந்த சமயத்துல எனக்கு எதுக்குமே நேரம் கிடைக்கல. ஓடியாடி வேலை பாத்தேன். விமோசனவினயங்கற ஆசிரிய நண்பர் மூலமாத்தான் அவரு இங்க வேலைக்கு வந்து சேந்தாரு. அவரு ஒரு வகுப்ப எடுத்து முடிச்சாருன்னா உடனே அதப் பத்தி நல்ல அபிப்பிராயங்கள் நிறைய வரும். பல ஸ்டூடன்ஸும் அந்த அளவுக்கு நல்ல க்ளாச அப்பதான் முதமுதலாக் கேக்கறதாவும் சொன்னாங்க. அவரு நிரந்தரமா வகுப்பு எடுக்க ஆரம்பிச்சப்ப இங்கிலீஷ் லிட்டரேச்சர் க்ளாஸ்ல சேர்ற மாணவங்களோட எண்ணிக்கை அதிகமாச்சு. இதையெல்லாம் கேட்டப்பவும் அவரப் பத்திக் கூடுதலாத் தெரிஞ்சுக்கணும்னு தோணல.” “விமோசன வினயன் சார் இப்ப இங்க வேலை பாக்கறாரா?.” “ இல்ல. அவரு கொஞ்ச நாளைக்கு முன்னால இங்கேர்ந்து போயிட்டாரு..” “அவரைக் காண்டேக்ட் செய்ய நம்பரோ அட்ரஸோ தரமுடியுமா?.” அவர் நம்பரையும், முகவரியையும் ஒரு காகிதத்தில் எழுதி கொடுத்தார். நம்பரை மொபைல் போனில் சேவ் செய்த பிறகு அவரிடம் விடை பெற்றுக்கொண்டு நடந்தாள்.

★★ ★★ ★★

6

"எல்லாத் துயரங்களைப் பற்றியும் நான் யோசிப்பது இல்லை. ஆனால் இப்போதும் மிஞ்சியிருக்கின்ற அழகைப் பற்றிதான் நான் சிந்திக்கிறேன்"

– ஆன் ப்ராங்க்.

வீட்டுக்குப்போய் கொஞ்சநேரம் நிம்மதியாக உட்கார்ந்து யோசித்தபிறகுதான் மர்வா முதலில் போன் வழியாகப் பேசலாம் என்று முடிவு செய்தாள். மொபைலில் சேவ் செய்திருந்த நம்பரைக் கூப்பிட்டாள். விமோசன வினயன். விசித்திரமான பெயர். அப்படி தான் அவளுக்குத் தோன்றியது. சட்டென்று மறுமுனையில் இருந்து கரகரத்த சத்தம் கேட்டது. "ஹலோ." "விமோசன வினயன் சார்தானே?." "என்னோட நம்பரக் கூப்பிட்டுட்டு நாந்தானான்னு கேக்கறீங்க?."

பைத்தியக்காரத்தனமான அந்த பேச்சைக் கேட்டு அவள் பதைபதைத்தாள். போனை கட் செய்துவிடலாமா என்று யோசித்தபோது அந்தக் குரல் மறுபடியும் கேட்டது. "என்ன? உங்களுக்கு குரல் வராமப் போயிடுச்சா? யாரு நீங்கன்னு முதல்ல சொல்லுங்க." "என்னோட பேரு மர்வா. வர்மா சாரப் பத்தித் தெரிஞ்சுக்கதான் கூப்பிட்டேன்." "என்ன தெரிஞ்சுக்கணும்?." "வர்மா சார் செத்துப்போயிட்டாரு." "அதப் பத்தி இனிம என்ன தெரியணும் உங்களுக்கு?."

அவருடன் போனில் பேசிப் புண்ணியமில்லை என்று மர்வாவுக்குத் தோன்றியது. உங்கள எப்பப் பாக்கமுடியும்?." "நாலு மணிக்கப்புறம் லைப்ரரிக்கு வந்தாப் போதும்." "சரி." சொல்லிவிட்டு அவள் போனை வைத்தாள். நேரில் பார்த்துப் பேசுவதுதான் நல்லது. மோசமாப் பேசற முறை. அவளை அது லேசாகக் கஷ்டப்படுத்தியது.

"செத்துப் போனவங்களுக்குப் பின்னால ஏன் போயி கிட்டுஇருக்கீங்க? அவர சும்மா இருக்க விடக்கூடாதா?."

முதல்முதலாக அவரிடம் வர்மா சாரைப் பற்றி விசாரித்தபோது அவருடைய பதில் அப்படித்தான் இருந்தது. "எனக்குத் தெரியாமப் போன வர்மா சாரப் பத்தித் தெரிஞ்சுக்கணும். அவரு பிறந்து வளந்த வாழ்ந்த வழியில மறுபடியும் பயணிக்கணும். அவரப் பத்தி தெரிஞ்ச விவரங்க இருந்தா அத தருவீங்களா?."

"எங்கிட்டக் கொடுத்த ஒன்னயும் நான் வேற யார்க்கும் தரமாட்டேன்." மனிதத்தன்மை இல்லாததாக இருந்தது அந்த வார்த்தைகள் ஒவ்வொன்றும். ஆனாலும் அவள் நம்பிக்கையை கைவிடவில்லை. "எல்லாத்தயும் நீங்களே பத்திரமா வச்சுக்கங்க. எனக்கு அவரோட புத்தகங்களயும் டயரியயும் ரெண்டு நாளைக்கு கடனா தந்தாப் போதும்." "சாத்தியமில்ல." நம்பிக் கொடுத்தத ஒரு நிமிஷத்துக்குக்கூட நான் அப்படி தரமுடியாது." "சாரோட பொண்ணுக்குன்னா நீங்க தரமாட்டீங்களா?."

"அதுக்கு ஒன்னும் நீங்க அவரோட பொண்ணு இல்லயே?."" ஆத்மார்த்தமா ஜென்மம் கொடுக்கறவங்களும் இந்த உலகத்துல இருக்காங்க. அந்த மாதிரி சொந்தங்களை அங்கீகரிக்கற ஞானம் அபூர்வமா சில பேருக்குதா இருக்கு." தழுதழுத்த வார்த்தைகளால் கடைசியாக அவள் அவரை கண்ணீர் துளும்பும் விழிகளோடு பார்த்தாள். கண்ணீர்த்துளிகள் அவளிடம் இருந்து தேம்பலாக உதிர்ந்து விழுந்தது.

அவர் அதைப் பார்த்துத் திடுக்கிட்டுப் போனார். நிதானமாக பாக்கெட்டில் இருந்து ஒரு கார்டை எடுத்து நீட்டினார். அதை வாங்கி நிதானமாக பார்த்தாள்.

Indian Election Commission
இந்தியத் தேதல் ஆணையம்
Identity card
வாக்காளர் அடையாள அட்டை
Electrer's name
K.Rajavarma
வாக்காளர் பெயர் கே.ராஜவர்மா
Father's/mother's name

Urmila thampiraatti
தந்தை/தாய் பெயர்
ஊர்மிளா தம்பிராட்டி
Sex Male/female Male

பால் ஆண்/பெண் ஆண்
Age as on- 60
வயது 60.

அந்த அட்டையில் இருந்த புகைப்படத்தைக் கொஞ்சநேரம் பார்த்துக்கொண்டிருந்தாள். அட்டையின் இன்னொரு பக்கத்தைப் பார்த்தாள்.

Address
Santhana madam
Kiliyoor Village Panchyat
முகவரி சந்தனமடம், கிளியூர் கிராமப் பஞ்சாயத்து
Date 11.12.1977
தேதி 11.12.1997.

24 வருஷங்கள் ஆகிவிட்டது. இன்று அவர் உயிரோடு இருந்திருந்தால் அவருக்கு 84 வயதாகி இருக்கும். வர்மா சாருக்கும் விமோசன வினயன் சாருக்கும் இடையில் இருந்த நெருக்கமான நட்பால்தான் அந்த அட்டையை அவர் வினயன் சாரிடம் கொடுத்திருக்கிறார் என்று அவளுக்குத் தோன்றியது. அவரிடம் அந்த அட்டையைத் திருப்பிக் கொடுத்தபடியே கிளம்பத் தயாரானாள்.

அப்போது அவர் ஒரு டயரியை நீட்டினார். "இதான் நீங்க கேட்ட வர்மா சாரோட டயரி. முடியறப்ப திரும்பக் கொடுத்தாப் போதும். உங்களப் பத்தி எனக்குத் தெரியும். கஷ்டப்படுத்தியதுக்கு மன்னிச்சுக்கணும்." நம்பமுடியாமல் அவள் அவரைப் பார்த்துக்கொண்டே அந்த டயரியை வாங்கிக்கொண்டாள். நெஞ்சுடன் சேர்த்து வைத்துக்கொண்டாள். அவருக்குப் பேரு போலவே சுபாவமும் விசித்திரமானதுதான்.

"அட்ரஸ் இருந்துட்டும் நீங்க ஏன் முதல்ல லைப்ரரியத் தேடி வரல?." "நேராப் போய்ப் பாக்க முடியற விஷயங்களோட பயணத்த ஆரம்பிக்கலாம்னு நினைச்சேன். நான் எதயுமே தேடி அலைஞ்சது இல்ல. அவர் என்னை ஒவ்வொரு இடத்துக்கும் கூட்டிகிட்டுப் போயிருந்தாரு." அவளுடைய பயணத்தின் திசையை நிர்ணயிப்பது அவருடைய கண்ணுக்குப் புலப்படாத கைகளே. கிளம்புவதற்கு முன்னால் வர்மா சார் கடைசியாக வாழ்ந்த வீட்டைப் பற்றி விசாரித்தாள். அவர் வீட்டு உரிமையாளர்களுடைய நம்பர் கொடுத்தார். நம்பர் எழுதிய துண்டு காகிதத்தை பத்திரமாக டயரிக்குள் வைத்த பிறகு அவள் லைப்ரரியுடைய படிகளில் இறங்கினாள்.

சார் லெட்டரில் எழுதியிருந்தது போலவே லைப்ரரிக்கும் வீட்டுக்கும் இடையில் தூரம் அதிகமில்லை. முதன்மை சாலையில் இருந்து கிழக்கு அருகில் அரசுப் பள்ளி வளாகத்துக்கு பக்கத்திலேயே அந்த வீடு இருந்தது. பதினான்கு வருடங்களுக்கு முன்னால் வர்மா சார் கடைசியாக வாழ்ந்த அந்த இரண்டுமாடிக் கட்டிடம் அதிகம் பழையதாக இல்லை. வீட்டு வராந்தாவில் யேசுநாதருடைய பெரிய போட்டோ பிரேம் செய்து மாட்டப்பட்டிருந்தது.

அதற்குக் கீழே "யேசு இந்த வீட்டின் நாதன்" என்று எழுதப் பட்டிருந்தது. அவள் காலிங் பெல்லை அழுத்தினாள். எட்டு அல்லது பத்து வயது தோன்றக்கூடிய ஒரு சிறுமிதான் வந்து வாசலைத் திறந்தாள். மர்வாவைப் பார்த்ததும் அவள் 'அம்மா" என்று கூவிக்கொண்டே உள்ளே ஓடினாள். கொஞ்சநேரத்தில் சிறுமியுடன் கூட ஒரு பெண்ணும் வந்தாள். அதுதான் டீச்சராக இருக்கும்.

"நீங்க ?." "வர்மா சார் இங்கதானே குடியிருந்தாரு ?." "ஆமாம். நீங்க அவருக்கு என்ன சொந்தம் ?." அதற்கு என்ன பதில் சொல்வது என்று மர்வாவுக்குத் தெரியவில்லை. "சாரோட ப்ரியமான மாணவி உங்களப் பத்தியும் சாரப் பத்தியும் வர்மா சார் லெட்டர்ல நிறைய எழுதியிருக்காரு." "உள்ள வாங்க." மர்வா உள்ளே போய் சோபாவில் உட்கார்ந்தாள். எதிரில் இருந்த சோபாவில் டீச்சரும் சிறுமியும் உட்கார்ந்து கொண்டார்கள்.

"டீச்சரோட சமைக்கற திறமையப் பத்தி சார் எழுதியிருக்காரு." "இப்பவும் வர்மா சாரப் பத்தி நாங்க பேசிக்குவோம். ஒருபோதும் மறக்கமுடியாத ஒரு ஆளுமை அவர். அவரோட மரணம் எங்களுக்கு ஷாக்கா இருந்துச்சு." "கடைசியாப் போனப்ப இனிம வரமாட்டேன்னு சொல்லிட்டாப் போனாரு ?." "சாதாரணமா போகறது மாதிரிதான் போனாரு. சீரியசா அப்படி ஒன்னும் சொல்லிகிட்டு போகல. சாவியத் திருப்பிக் கொடுக்கறப்ப கையில ஒரு பையும் லெட்டரும் இருந்திச்சு."

"மேல இருக்கற மாடியிலதான் இருந்தாரு? அங்க எதாச்சும் அவரோடதுன்னு இருந்துச்சா ?." "எதுவும் இல்ல. ரூம சுத்தப்படுத்தி வச்சிட்டுதான் போயிருந்தாரு. விமோசனன் மாஸ்டர் வந்ததுக்கு அப்புறம்தான் நாங்க ரூமத் திறந்து பாத்ததே." "இப்ப அங்க யாரும் குடியிருக்கலயா ?." "இல்ல. அப்புறம் யாருக்கும் அந்த ரூமை வாடகைக்கு விடல."

அவர்கள் பேசிக்கொண்டிருந்ததைக் கேட்டுக் கொண்டிருந்த சிறுமியை மர்வா அருகில் அழைத்தாள். சிறுமியுடைய முடியை வருடிவிட்டுக் கொண்டே பெயரைக் கேட்டாள். “ஆன் மரியா.” “நல்ல பேரு.” “நிறைய டிரீட்மெண்ட்டுக்கு அப்புறம்தான் கர்த்தர் இவள எங்களுக்குக் கொடுத்தாரு.” மர்வா எதையேனும் கேட்கும் முன்பே டீச்சர் சொன்னாள். குழந்தை இல்லை என்பதை சார் ஒரு சமயம் ஒரு லெட்டரில் எழுதியிருந்தார்.

மர்வா எழுந்திருந்தாள். “கடைசியா சார் இருந்த வீட்டயும் வீட்டோட ஓனரயும் பாக்கணும்னு இந்த வழியா வந்தப்பத் தோணிச்சு.. அதான் வந்தேன். மரியாவோட அப்பாவ விசாரிச்சதா சொல்லணும்.” சொல்லிவிட்டு வெளியில் வந்தாள். மாடியைப் பார்த்தாள். அங்கே போவதற்காக ஒரு மாடிப்படி இருந்தது. சார் ஒரு ரூமில்தான் இருந்தார். அவளுடைய குருவின் கடைசி வாழிடம் அது.

★★ ★★ ★★

7

“ஒரு மனிதனை அழிக்கமுடியும். ஆனால் தோற்கடிக்க முடியாது.”

– எர்னஸ்ட் ஹெமிங்வே.

டயரியில் சில பக்கங்கள் வெறுமையாக இருந்தன. சில புள்ளிகளையும் அடையாளங்களையும் மட்டுமே சில இடங்களில் பார்க்கமுடிந்தது. அவரைப்பற்றிக் கூடுதலாகத் தெரிந்து கொள்ள டயரிக் குறிப்புகள் உதவும் என்று மர்வா உறுதியாக நம்பினாள். பிடித்தமான எழுத்தாளர்களில் தற்கொலை செய்து கொண்டவர்களுடைய பிரபலமான வாசகங்களை பல இடங்களிலும் எழுதிவைத்திருந்தார்.

வினயன் சார் இந்த டயரியை தருவார் என்று அவள் ஒருபோதும் நினைக்கவில்லை. தற்கொலை செய்துகொள்ள அவர் முடிவு செய்திருந்தார். அதனால்தான் துணிகளைத் தவிர மீதியையெல்லாம் அவர் வினயன் சாரிடம் ஒப்படைத்திருந்தார். வினயன் சாருக்கு வர்மா சார் வர்மா மாஸ்டராக இருந்தார். இருவரும் சுபாவத்தில் வேறுபட்டவர்களாக இருந்தாலும் எழுத்தும் வாசிப்பும் அரசியலும் அவர்களை நெருங்கிய நண்பர்களாக்கின.

குடும்ப விஷயங்களைத் தவிர மற்ற எல்லா விஷயங்களையும் அவர்கள் விவாதித்தார்கள். எந்த விஷயமாக இருந்தாலும் அதிகம் யோசித்த பிறகுதான் வர்மா சார் ஈடுபடுவார். சொல்லும் ஒவ்வொரு வார்த்தையும் பக்குவத்தோடும் தெளிவானதாகவும் இருக்கும். ஆனால் வினயன் சார் எதிர்மாறானவராக இருந்தார்.

டயரியின் பக்கங்கள் வழியாக அவள் பயணித்துக் கொண்டிருந்தாள். பல நூற்றாண்டுகளுடைய வரலாற்றைத் தனக்குள் அடக்கி வைத்திருக்கும் கொச்சி ராஜவம்சத்துடைய நெடும்தூணான திருப்போனித்துறா கோவிலகத்தின் ஊர்மிளா தம்பிராட்டியுடைய, டி.எம்.ஓவாக இருந்த எடஃவூர் ராமன் நம்பூத்ரியுடைய மூத்தமகன்

ராஜவர்மா. மருமக்கள்தாழி சம்பிரதாயத்தின்படி தாய்வழி வந்த பாரம்பரியத்தையே ராஜ குடும்பம் பின்பற்றி வந்தது.

ராஜ குடும்பத்துடைய வேஷங்களுடன் புத்திசாலியான அப்பாவுடைய செல்ல மகனாக வளர்ந்த அவர் தந்த வழியாக சிறிய வயதிலேயே எழுத்துலகத்துக்குள் நுழைந்தார். மூன்று வயதாவதற்கு முன்பாகவே எழுத்துகளை அடையாளம் காண்பதற்கும், மிக சீக்கிரமாகவே எழுத்துக்கூட்டி வாசிக்கவும் கற்றுக்கொண்டார். அப்பாவோடு சேர்ந்து செய்யுட்களைச் சொல்லி விளையாடி மனப்பாடமாக்கினார். விளையாடுவதைக் காட்டிலும் புத்தகங்களோடு நேரத்தை செலவழிக்கவே அவர் ஆசைப்பட்டார்.

மாரடைப்பு வந்து ராமன் நம்பூத்திரி மரணமடைந்தடோடு ஏழாவது வயதில் அனாதையானார். தனிமையின் வேதனையை அனுபவித்தார். திடீரென்று சம்பவித்த அப்பாவுடைய மரணம் அவரை எல்லா விதத்திலும் அனாதையாக்கியது. வர்மாவுடைய உலகத்தில் அப்பாவின் ஞாபகமாக மிச்சமிருந்தது எண்ணி மாளாத புத்தகங்களே. அவற்றின் வழியாகவே அவர் வேறு உலகங்களும் உண்டு என்பதை அறிந்தார்.

அதிக காலம் ஆவதற்கு முன்பே தம்பிராட்டி மற்றொரு கல்யாணம் செய்துகொண்டார். இதனால் அவருக்கு தனிமை முழுமையானது. ஐந்து சகோதரிகள் பிறந்ததோடு மனிதர்களைக் காட்டிலும் புத்தகங்களோடு கூடுதல் நெருக்கமானார். அம்மாவுடைய பாசமும் நேசமும் கொஞ்சம் கொஞ்சமாக அகன்றுபோனது. ஆனால் அப்பா மாதிரி புத்திசாலியாக இருந்த வர்மா படிப்பில் திறமையைக் காட்டினார்.

சங்கடங்களைத் தோற்கடிக்க அவர் எழுத்துகள் பக்கம் திரும்பினார். தனிமை எழுத்துகளாக ஓடிவந்தன. வாசிப்பும் எழுத்தும் மற்ற எதைக் காட்டிலும் நெஞ்சுக்கு நெருக்கமான விஷயங்களாயின. பிறந்து வளர்ந்த நாட்டில் இருந்து தனிமையில் தன்னுடையதாக இருக்கும் உலகத்தில் வாழ ஆசைப்பட்டார். அரண்மனையின் சடங்கு சம்பிரதாயங்களோடு அதிருப்தி ஏற்பட ஆரம்பித்தது. அச்சமில்லாத சிந்தனைகள் கம்யூனிஸ்ட் இயக்கத்தின் மூலம் படர்வதைக் கவனித்தார். கம்யூனிஸத்தை அதிகமாகப் படிக்க தெரிந்துகொள்ள ஆரம்பித்தார்.

எல்லா மனிதர்களும் சாதிமத வித்தியாசமில்லாமல் சமூகத்தை முன்னோக்கிக்கொண்டு செல்ல கம்யூனிஸம் வளரவேண்டும் என்று விரும்பினார். நடைமுறையில் இருக்கும் ரீதிகளோடு மாறி

நடக்கவேண்டும் என்றால் ஒரு மாற்றம் அவசியம் என்பதை உணர்ந்துகொண்டார். பட்ட மேற்படிப்பு முடிந்தவுடனேயே மும்பையில் இருந்து அவருக்கு பிரபல பத்திரிகையில் எடிட்டராக வேலை கிடைத்தது.

அப்புறம் கோவிலகத்தின் அரண்மனை வேடத்தைத் துறந்து மும்பையின் பாகமானார். பகலும் ராத்திரியும் முழுவதுமாக அவர் அச்சு உலகத்தில் மூழ்கினார். தீவிர பத்திரிகைச் செயல்பாடுகளால் பல பிரமுகர்களின் நட்பும் கிடைக்க ஆரம்பித்தது. ஆங்கிலத்தில் எழுத, பேச இருந்த தனித்திறமை வெளிநாட்டுக்காரர்களோடு நெருக்கமாகப் பழகவும், தோழமையை ஏற்படுத்தவும் வழிவகுத்துக் கொடுத்தது.

பத்திரிகைச் செயல்பாடுகளுக்காக பல வெளிநாடுகளுக்குப் போகவும், மாதக்கணக்கில் அங்கு செலவழிக்கவும் வாய்ப்பு கிடைத்தது. எழுத்தின் மூலம் தன் திறமையை வெளிப்படுத்தத் தொடங்கினார். மொழியைக் கையாள்வதில் இருந்த திறமை அவருடைய எழுத்துக்களில் பிரகாசித்தது. அது அவருடைய எழுத்துக்களைக் கூடுதல் உயிரோட்டம் உள்ளதாக ஆக்கியது. சஞ்சிகைகளில் அவருடைய எழுத்துக்களை வாசிக்க வாசகர்கள் பலர் காத்துக்கொண்டிருந்தார்கள்.

விமரிசகராகவே அவர் அதிகம் பேசப்பட்டார். நடுநிலையோடு அரசியல் விஷயங்களைக் கையாள்வதில் அவருக்கு இருந்த புலமை பத்திரிகை உலகத்தில் அவருடைய இடத்தை உயர்த்தியது. அதிக சம்பளம் கொடுப்பதாகக் கூறிப் பல பிரபல பத்திரிகைகள் அவரை அணுகின. ஆனால் தன்னலம் இல்லாத சேவையாளனாகவே தான் இருந்த பத்திரிகையிலேயே வேலையைத் தொடர்ந்தார். அம்மாவோடும், சகோதரிகளோடும் எப்போதாவது கடிதங்கள் மூலமே தொடர்பு வைத்துக்கொண்டிருந்தார்.

சொந்தபந்தங்களையும், அதனால் உருவாகும் கட்டுகளையும் மனப்பூர்வமாக வேண்டாம் என்று முடிவு செய்தார். இதற்கு நடுவில் மும்பையில் மோசமில்லாத ஒரு வீடு வாங்கி சுதந்திரமாக வாழ்ந்துகொண்டிருக்கும்போதுதான் அம்மாவுடைய கடிதம் வந்தது.

"அன்பு மகனுக்கு,

உன்னிடம் இருந்து விவரங்கள் அறிந்து நாட்கள் பல ஆகிவிட்டன. எனக்கும் வயதானதால் கொஞ்சநாள் உடம்பு சரியில்லாமல் இருந்தேன். நீண்ட நாட்களாக படுத்த படுக்கையாக

இருந்த சித்தப்பா போய் சேர்ந்துவிட்டார். இது உனக்குத் தெரியும் என்று நினைக்கிறேன். சகோதரிகளில் இனி சின்னவளுடைய கல்யாணம் மட்டும்தான் பாக்கி. இங்கே இருக்கும் நிலைமை சரியில்லை. ராஜ ஆட்சி பேரளவுக்கு மட்டுமே இப்போது இருக்கிறது. எல்லாம் மாறிப் போய்விட்டது. கொஞ்சம் சொத்துகள் கேஸில் சிக்கியிருக்கின்றன. மூத்தவர்களுடைய கல்யாணம் முடிந்தது. அதனால் பொருளாதார நிலைமை இப்போது மிக மோசமாக இருக்கிறது. நீ இப்போது ஓரளவுக்கு வசதியாக இருக்கிறாய் என்று கேள்விப்பட்டேன். முடிந்தால் இளையவளுக்குக் கல்யாணம் செய்ய உதவி செய்யவேண்டும். பதிலை எதிர்பார்க்கிறேன்."

என்றும் அன்புடன்,

அம்மா."

"அம்மாவப் பாத்து பல வருஷம் ஆச்சு. பார்வையிலேந்து தூர விலகிப்போயிட்டா சொந்தபந்தமும் ரொம்பதூரம் போயிட்டுது. இதுவரைக்கும் அம்மாவையோ, சகோதரிங்களையோ பாக்கறதுக்கு முயற்சி செய்யல. ஒவ்வொரு தங்கச்சியோட கல்யாணத்துக்கும் வரச்சொல்லி அழைப்புகளை அனுப்பினாங்க. பணம் கேட்டு எழுதறது இதுதான் முதல் தடவை. அம்மா கௌரவக்காரி. அனாவசியமா எதையும் கேட்கவோ சொல்லவோ மாட்டார்.

இப்ப நிலைமை ரொம்ப மோசமானதுனாலதான் இப்படி ஒரு கடிதத்தை எழுதியிருக்காங்க. மறுக்கமுடியாது. இதுவரைக்கும் குடும்பத்துக்காக ஒன்னும் செய்யல. அதுக்கு அவசியம் இருக்கறதாவும் தோணல. சொத்துங்க எல்லாம் கேஸ்ல இருக்கறதுனாலக் கூட இப்ப நிலைமை மோசமாகியிருக்கலாம்."

அதுவரை அவர் சம்பாதித்த பணத்தில் பெரும் பகுதியை அபார்ட்மெண்ட் வாங்க செலவிட்டிருந்தார். வெளிப்பார்வையில் பார்க்கும் பெருமையே மும்பை வாழ்க்கையில் உள்ளது. யாராவது உதவி என்று கேட்டுவந்தால் கையில் இருப்பதை கொடுத்துவிடுவார். சொத்து சம்பாதித்தது என்று சொல்ல இப்போது பெரிதாக எதுவும் இல்லை. சொந்தம் என்று சொல்லிக்கொள்ள இப்போது இருப்பது அபார்ட்மெண்ட் வீடு மட்டும்தான். அதையும் விற்றுவிட்டால் அப்புறம் கையில் எதுவும் கிடையாது.

ஆனால் அம்மா முதல்முதலாக இப்போதுதான் உதவி என்று கேட்கிறார். தங்கைகளுடைய விஷயத்தில் ஒன்றிலும் இதுவரை எதையும் கேட்டதோ ஈடுபட்டதோ கிடையாது. பல

தடவை யோசித்த பிறகு இருக்கும் வீட்டை விற்க வர்மா முடிவு செய்தார். உழைத்தால் இதைவிட நல்ல வீடு வாங்கலாம் என்ற தன்னம்பிக்கையோடு வீட்டை விற்றார். வாடகை வீட்டுக்கு தற்காலிகமாகக் குடியேறினார்.

விற்றுவந்த காசில் கொஞ்சத்தை வங்கியில் போட்ட பிறகு ஊருக்குத் திரும்பினார்.

ஆரம்பத்தில் ஊருக்கு சிறிய இடைவேளைகளில் வந்து போய்க்கொண்டிருந்தார். அப்புறம் அவை நீண்ட இடைவேளைகளாக மாறின. வெளிநாட்டு பயணங்கள் அதிகமானதோடு நேர நெருக்கடியில் சிக்கி ஊருக்கு வருவதை நிறுத்திக்கொண்டார். தங்கையுடைய கல்யாணம் வர்மா சாருடைய மேற்பார்வையில் தடபுடலாக நடந்தது. தாமதமாகத்தான் என்றாலும் வீட்டுக்குப் பெரியவன் என்ற நிலையில் தன் கடமையைச் செய்ததில் திருப்தியோடு அம்மாவோடும், சகோதரிகளோடும் கொஞ்சநாள் தங்கியிருந்தார்.

முன்பெல்லாம் அரண்மனையில் எப்போதும் ஆள் நடமாட்டம் இருந்துகொண்டே இருந்தது. ஆனால் இப்போது அந்த மாதிரி காட்சிகள் எல்லாம் எப்போதாவது ஒரு தடவை என்று மாறியது. கோவிலகத்துக் குடும்பங்களில் பலரும் வேலை தேடி பல இடங்களுக்குப் பிரிந்து போய்விட்டார்கள். கம்யூனிஸம் பிரபலமானதோடு ஆட்கள் கிடைப்பதும் கஷ்டமாக இருந்தது. பழையகாலத்து அரண்மனை நாட்களோடு மனது கொஞ்சம் பின்னால் போனது.

சில நாட்களுக்குப் பிறகு மும்பைக்கு வண்டி ஏறினார். இரண்டொரு வருடங்கள் அமைதியாகக் கடந்துபோயின. பத்திரிகை ஆபீசில் டைரக்டர் போர்டில் வந்த மாற்றம் வேலையில் பிரச்சனைகளை ஏற்படுத்த ஆரம்பித்தது. புதிய சட்டங்களும், சட்ட திட்டங்களும் நடைமுறைக்கு வந்தன. வர்மா என்ற தன்னலம் இல்லாமல் வேலை பார்த்த மனிதருடைய செயல்களைக் கேள்வி கேட்கும் அளவுக்கு விஷயங்கள் எல்லைமீறிப் போனது.

வாசகரை ஏமாற்றுகிற விதத்தில் எழுதுபவர்களையே புதிய நிர்வாகம் ஊக்குவித்தது. கௌரவத்துடன் வேலை பார்த்த அவர் உடைந்து போய் அங்கிருந்து வேலையை உதறித் தள்ளிவிட்டு வெளியே வந்தார். என்றென்றைக்குமாக அங்கிருந்து வெளியில் வந்தார். அவரை நன்றாகத் தெரிந்தவர்கள் அவர்களுடைய பத்திரிகைகளுக்கு வரச்சொல்லி அழைத்தார்கள். இனிமேல்

பத்திரிகைத்துறையில் வேலை பார்ப்பதே இல்லை என்று அவர் முடிவு செய்தார்.

ஒரு அடிமை மாதிரி நிர்வாகம் பிரேம் செய்யும் ரீதியில் கட்டுரைகளை எழுதி வாசகர்களுக்கு துரோகம் செய்ய அவர் தயாராக இல்லை. பணமும், அதிகாரமும் அவரைக் கவரவில்லை. அதையெல்லாம் இருப்பவர்கள் பயன்படுத்துவதைப் பார்த்து அலுப்பு தோன்றியிருந்தது. மும்பை வாழ்க்கையோடு தற்காலிகமாக விடைசொல்லிவிட்டுப் புறப்பட அவர் தயாரானார். நகரத்திற்கு சற்று வெளியில் கொஞ்சம் தூரத்தில் இருந்த கலாச்சார நகரில் வசிக்க அவர் முடிவு செய்தார்.

கல்லூரிகாலத்துத் தோழமைகளில் சிலருடன் பழக வாய்ப்பு கிடைத்தது. கம்யூனிஸ்ட் ஆதரவாளராக இருந்தாலும் அரசியலில் இருந்து விலகி இருக்கவே அவர் விரும்பினார். இயக்கங்களாலோ கருத்துகளாலோ தத்துவங்களாலோ ஒருபோதும் நாட்டை நன்றாக்கமுடியாது என்று பத்திரிகை உலகம் அவருக்குக் கற்றுக்கொடுத்தது. மனிதர்களுக்கு உள்ளே நல்ல எண்ணங்களும், அன்பும், ஒற்றுமையுமே உருவாகவேண்டும். அது இல்லாமல் கருத்துகள் இயக்க சிந்தனைகள் எதையும் மாற்றாது.

ஆத்மார்த்தமான அர்ப்பணிப்பு உணர்வோடு மட்டுமே சமுதாயத்தை உயர்த்தமுடியும். அதை நோக்கியே அரசியல் இயங்கவேண்டும் என்று அவர் உறுதியாக நம்பினார். அவருடைய உலகம் புத்தகங்களும், எழுத்துக்களுமாக மாறியது. அதைச் சுற்றியே அவருடைய இடங்களும் இருந்தன. இலக்கியத்தோடு இருந்த அடங்காத ஆர்வம்தான் அவரை ஆசிரியர் தொழிலில் ஈடுபட ஊக்குவித்தது. சாதாரண தனியார் கல்லூரியில் ஆங்கிலம் எடுக்க திறமைசாலியான ஆசிரியர் கிடைப்பது அபூர்வமாக இருந்தது.

எந்த தயக்கமும் இல்லாமல் சம்பளத்துடைய கனத்தை எடைபோட்டுப் பார்க்காமல் மாணவர்களுக்கு பாடம் எடுப்பதில் தன் திறமையை காட்டினார். அவர்களுக்குப் பிடித்த ஆசிரியரானார். அந்த வேலையில் திருப்தியுடன் அமைதியாக வாழ்ந்தார். ஆங்கில இலக்கியத்தில் விமரிசனத்துடைய முக்கியத்துவத்தை உணர்ந்தார். அதில் மிகச் சிறந்த ஆசிரியராக பெயர் எடுத்தார். நகரத்தில் எல்லா கல்லூரிகளிலும் அவர் வகுப்பெடுப்பதற்காக மாணவர்கள் காத்துக்கொண்டிருந்தார்கள்.

எழுத்துலகத்துடைய தோழமைகள் மூலம் கல்யாண ஆலோசனைகள் வந்தன. எல்லாவற்றையும் அன்புடன்

நிராகரித்தார். குடும்பம் குழந்தைகள் இந்த சிந்தனைகளில் இருந்து மனதால் வெகுதூரம் விலகியிருந்தார். ஆனால் காலம் அந்த தொலைவைக் குறைத்தது. நல்ல தோழர்களுடைய, அம்மாவுடைய நிரந்தர முயற்சியால் அது சம்பவித்தது. அவருடைய மனைவியாக டாக்டர் தேவியை அவர்கள் தேர்ந்தெடுத்தார்கள்.

பெண் பார்ப்பதும், நிச்சயம் செய்வதும் எல்லாம் ஒரு வாரத்துக்குள் நடந்தது. வாழ்க்கையின் நடுப்பகுதியில் ராஜவர்மா திருமணம் செய்துகொள்ள முடிவுசெய்தார்.

★★ ★★ ★★

8

"வாழ்க்கையுடைய பவளப்பாறைகள் மோதி என்னுடைய காதல் தோணி தகர்ந்து போயிருக்கிறது"

– மைக்யூ விஸ்கி.

கோவிலகம் கே.ராஜவர்மா சந்தனமடம் தேவி திருமணம் நண்பர்கள் குடும்பத்தாருடைய முன்னிலையில் எளிமையான சடங்குகளுடன் நடந்தது. அரண்மணையுடைய அரச வேடத்தில் இருந்து சந்தனமடத்தில் தேவியுடைய வாழ்க்கைத் துணையாக அடைந்த மாற்றம் சரியான இணையைக் கண்டுபிடித்துவிட்ட மகிழ்ச்சியை வர்மாவுக்குத் தந்தது. அன்பையும் அக்கறையையும் எதிர்பார்த்து ஐம்பதாவது வயதில் அவர் கல்யாணத்துக்கு ஒத்துக்கொண்டார்.

ஆண் துணை இல்லாமல் ஆஸ்பத்திரியும் நோயாளிகளுமாக போராடி அம்மாவுடன் வாழ்ந்து கொண்டிருந்த தேவி நாற்பத்திரெண்டாவது வயதில் திருமணத்துக்கு ஒப்புக்கொண்டார். புருஷனுடைய பாதுகாப்புக்காக, கவனிப்புக்காக ஆசைபட்டு தேவி கல்யாணம் செய்துகொண்டாள். குடும்பம் இல்லாதவர்கள் தான் சமுதாயத்தில் அதிகமாகத் தனிமையை அனுபவிப்பவர்கள் என்ற அனுபவம் இரண்டு பேருக்கும் பாடம் கற்றுக் கொடுத்திருந்தது.

ஆயுசுடைய மீதிப் பாதியை இணையாக துணையாக கருதிய அவர்கள் ஒருவருக்காக மற்றொருவராக வாழ ஆசைப்பட்டார்கள். வர்ணிக்க முடியாத வாழ்க்கையென்னும் காவியத்தில் பசித்தவன் கசப்பா துவர்ப்பா என்று தெரியாமல் அனுபவிக்கக் கிடைத்த ஆகாரத்தை வாரிவாரி சாப்பிடுவது போல அவர்கள் ஆரம்ப காலத்தில் குறைகளை குறைகளாக எடுத்துக்கொண்டு போராடி வாழ்க்கையைப் போர்க்களமாக்காமல் பொருந்தி வாழ்ந்தார்கள்.

ஆனால் ஒன்றுடன் ஒன்று பொருந்தாத சுபாவங்களைச் சேர்த்துவைத்து கைக்குள் அடக்குவதில் அவர்கள் திறமையற்ற வர்களாக இருந்தார்கள். ஒழுங்குமுறையோடு வாழ்ந்து கொண்டிருந்த தேவியுடைய எதிர்பார்ப்புகள் காணாமல் போயின. அசாதாரண மனுஷனுடைய சாதாரண மனைவியாக வாழ்வதில் அவள் தன் சுயமதிப்பீடுகளை இழந்தாள். இதயத்துடன் சண்டை போட்டுத்தான் தோற்றுப்போனதை ஏற்றுக்கொண்டாள்.

"தேவி. நீ என்னை எப்பப் புரிஞ்சுக்கறியோ அப்ப நான் உன்னைத் தேடி ஓடிவரேன்." தேவியுடைய அன்பு இல்லாத சுபாவம் அவரை வேதனைப்படுத்தியது. சிறிய தவறுகளைக் கூட ஊதி ஊதிப் பெரிதாக்கிக் காட்டி அவரைக் குற்றவாளியாக்கினாள். புரிந்துகொண்டு தேவி திரும்பக் கூப்பிடுவாள் என்ற நம்பிக்கையோடு ராஜ்யம் இல்லாத ராஜாவுடைய மிடுக்குடன் அவர் வெளியேறினார்.

தேவி ஒரு சாதாரணப் பெண். அன்பையும் பாசத்தையும் விட சமூக அந்தஸ்தையே பெரியது என்று நினைத்தாள். அனாவசியமான எண்ணங்களை இறுகப் பிடித்துக்கொண்டு அன்புக்காகவும், நல்லதுக்காகவும் வாழ்ந்து கொண்டிருந்த மகத்தான மனிதனை வீரியமற்றவனாக்கினாள். அன்பாலும் அக்கறையாலும் பொறுமை யோடு புருஷனைதன்வழிக்குக் கொண்டு வரும் வித்தை அவளுக்குத் தெரியவில்லை. உடம்பின் உறுதியும், பலமும் ஆண் இதயத்துக்கு இல்லை என்ற உண்மையை அவள் புரிந்துகொள்ளவில்லை.

ஞானத்தைப் பகிர்ந்துகொடுக்கத் தயாராக இருந்த அவரை போதைக்கு அடிமைப்படுத்தினாள். பிறகும் தேவியுடைய அன்புக்காகப் பிச்சைக்காரனைப் போல திரும்ப வந்தார். வாய்ப்புகள் ஏற்பட்டும் அவற்றை எல்லாம் உதறித்தள்ளி வாழ்க்கையில் மேதாவித்தனத்தைப் பின்பற்றி நடந்த அவர் முதல்முதலாகத் தொட்டு அறியும் பெண் வாசனையுடைய உரிமையான தேவியை அதிக நாட்கள் பிரிந்திருக்க அவரால் முடியவில்லை.

"தேவி. நீ எனக்கு மனைவி மட்டும் இல்ல. தாயும் நீதான். சகோதரியும் நீதான். பெண்ணுடைய எல்லா ரூபத்திலும் வடிவத்திலும் நான் உன்னை ஆழமா நேசிக்கறேன்." அவள் கௌரவத்தை கைவிடாமல் முன்பைவிட பிடிவாதக்காரியாக மாறினாள். ஜெயிச்ச தோரணையில் உதட்டில் பரிகாசச்சிரிப்பு. மனிதர்களில் நோய்களை மட்டும் கண்டுபிடித்துச் சிகிச்சை

கொடுத்துக்கொண்டிருந்த அவளுக்கு உண்மையான அன்பை அடையாளம் கண்டுபிடிக்க முடியவில்லை.

அவர் ப்ரிய துணைவியுடைய தலையில் கை வைத்துச் சத்தியம் செய்தார். “உன்னைத் தவர வேற எந்த போதைக்கும் இனிம நான் அடிமையாக மாட்டேன்” அவளுடைய உதாசீன நோட்டமும் பேச்சும் அவரை இன்னும் அதிகமாகத் தளர்ச்சி அடையச்செய்தது. அன்பென்னும் போதை கிடைக்காமல் போனபோது இருட்டின் மறைவில் மறுபடியும் அவர் மதுவைத் தேடி அலைய ஆரம்பித்தார்.

அவளுக்குப் பிடிவாதம் அதிகமானது. கிழவன் என்று கேவலமாக நடத்தினாள். அவளுடைய அன்புக்காகவும் பாசத்திற்காகவும் வேண்டாம் என்று விட்டுவிட்டு வந்த கோவிலகத்துடைய அரச பதவியின் வாரிசை ஓட ஓட அவள் விரட்டினாள். எழுத்துக்களையும், அறிவையும் கையில் பிடித்த ஆளுமையை முழுக் குடியனாக்கினாள். அப்போதும் தேவிக்கு திருப்தி ஏற்படவில்லை. துர்க்கையைப் போல சம்ஹார தாண்டவமாடினாள்.

மானசீகமாகத் தகர்ந்து போன அந்த மனுஷன் கட்டிய தாலியைக் கழற்றி, ஈடு இல்லாத அன்புப் புதையலை... மனைவி என்ற பதவியைத் தூக்கியெறிய அவள் தயாரானாள். அதற்காக ஓட்டை காரணங்களையும் ஓடைசல் சம்பவங்களையும் உருவாக்கினாள். நீதிதேவதையுடைய கருணைக்காகக் காத்திருந்தாள். புருஷன் என்ற பதவியை கோர்ட்டுக்கு முன்னால் பிய்த்து எறிய விட்டுக் கொடுக்காமல் அவர் அவளைத் தோற்கடித்தார்.

அன்புக்கு புதிய வழிகள் உண்டு எண்று நிரூபித்தார். “தேவி. சாகற வரைக்கும் நீதான் என்னோட மனைவி. அதை உடைச்செறிய மனுஷங்களை நான் அனுமதிக்கமாட்டேன். உன்னை அடக்கி வாழற தேவையில்லாத எண்ணங்களைக் காற்றில் பறக்கவிட்டு நான் இதோ உன்னைவிட்டு வெளியேறுகிறேன்.” வாழ்க்கையின் கடைசியில் அவளுடைய கணவன் என்ற பதவியை அவர் தனக்குச் சொந்தமாக்கிக் கொண்டார். வாழ்க்கைக்கும் வாழ்வுக்கும் தனக்குத்தானே முற்றுப்புள்ளி வைத்து தேவியையும் தெய்வத்தையும் அவர் தோற்கடித்தார்.

டயரியுடைய கடைசியில் எழுதப்பட்டிருந்த அந்த வார்த்தைகள் மர்வாவுடைய நெஞ்சில் நெருப்பை அள்ளிப்போட்டது போல இருந்தது. “வாழ்க்கையில காயம்பட்டவங்கதான் தற்கொலை செஞ்சுக்கறாங்க.”

★★ ★★ ★★

9

> "கஷ்டங்களைக் காட்டிலும் பயங்கரமானதே அவற்றைப் பற்றிய பயம் என்று உங்கள் இதயத்திடம் சொல்லுங்கள்"
>
> – பாவ்லோ கொய்லோ.

வாழ்க்கையில் இப்படி ஒரு அனுபவம் முன்கூட்டியே சொல்லிவைத்தது போல வந்துசேர்ந்தது அவளை சிந்தனையில் ஆழ்த்தியது. அவர் இந்த உலகத்தைவிட்டுப் போய் பதினாலு வருடங்களாகிவிட்டன. ஆனாலும் வருடங்களுக்குப் பிறகு கனவில் தேடிவந்தார். அவரே அவரைப்பற்றி அறியத் தேடிப்போகும் வழிகளில் வழிகாட்டி. இனிமேல் அவருக்காகக் கடைசி காரியங்கள் செய்யவேண்டும். அதற்காகத்தானோ அவர் இந்த புதிய வழிகளில் அவளைப் பயணியாகத் தேர்ந்தெடுத்துள்ளது? இல்லை. இதுமட்டும் இல்லை.

அவர் வேறு ஏதோ முன்னறிவுப்புகளையும் தருவது போல அவளுக்குத் தோன்றியது. அப்பாவுடைய அன்பையும் அக்கறை யையும் போல விலை மதிக்கமுடியாதது அவருடைய அன்பும் அக்கறையும். அறியப்படும் முன்பே உருவான ஆத்மார்த்தமான சொந்தம். மண் மறைந்துபோனாலும் அது தாங்கும் தணலுமாக எப்போதும் அவளுடனேயே கூட வரும்.

இரயில் பயணம் செய்து பல வருடங்களாகிவிட்டது. வித்தியாசமான கிராமக்காட்சிகளை அத்தகைய பயணங்கள் மூலமே காணமுடியும். சின்ன வயதில் முதல்முறையாக இரயிலில் ஏறியது விடுமுறைக்கு ஊருக்கு வந்தபோது அப்பாவுடன் சேர்ந்து ஊட்டிக்குப் டூர் போனபோதுதான். குன்னூர் வழியாக அழகான அந்த நீல நிற இரயிலில் பயணம் செய்தது இப்போதும் சந்தோஷம் தரும் ஞாபகங்களில் ஒன்று.

திடீரென்று அவளுடைய மொபைல் ரிங் ஒலித்தது. அம்மாதான் கூப்பிடுகிறாள். அம்மாவிடம் சொல்லிவிட்டுத்தான்

அவள் பயணம் புறப்பட்டுவந்தாள். இனிமேல் திரும்பப் போகும்வரை இடையே கூப்பிட்டுக்கொண்டே இருப்பாள். நாற்பதுகளாகிவிட்டது என்றாலும் அவளும் அமனும் எப்போதும் அம்மாவுக்குக் குழந்தைகள்தான்.

எங்கே போனாலும் அவ்வப்போது கூப்பிட்டு குசலம் விசாரித்துக் கொண்டிருப்பாள். அவன் சில சமயங்களில் அம்மாவோடு கோபப்படுவான். அவளுக்குத் தெரியும். அம்மாவுக்கு பயம். வழியெங்கும் ஆபத்துகள் பதுங்கியிருப்பது போலதான் பேசுவாள். கூட்டைவிட்டுக் குஞ்சுகள் பறந்து வெகுதொலைவு போனாலும் மனதால் அவர்களுடனேயே எப்போதும் பறந்து வந்துசேரும் அபூர்வப்பிறவிகள் அம்மாக்கள்.

அவள் போனை கட் செய்தாள். இரயிலில் சத்தங்களுக்கு நடுவில் போனை எடுத்தாலும் எதையும் கேட்கமுடியாது. அடுத்த ஸ்டேஷனில் இரயில் நிற்கும்போது திரும்பக் கூப்பிடலாம் என்று நினைத்து போனை சைலண்ட் மோடில் வைத்து கைப்பையில் போட்டாள். பல தடவை கால் வந்தது அவளுக்குத் தெரியவில்லை. அரை மணி நேரத்திற்குள் அடுத்த ஸ்டேஷனில் வண்டி நின்றது.

போனை பையில் இருந்து எடுத்தபோது அவள் நிம்மதி இழந்தாள். இருபது கால்கள். இத்தனை தடவை கூப்பிடும் பழக்கம் அம்மாவுக்கு இல்லை. இரண்டு தடவை போன் செய்து எடுக்கவில்லை என்றால் அப்புறம் அரைமணி நேரம் கழித்தே திரும்பக் கூப்பிடுவாள். மறுபடி மறுபடி போன் செய்தது அவளை பீதி அடையச்செய்தது. கூப்பிட்டாள். "அம்மா. என்ன ஆச்சு? ஏதாச்சும் அர்ஜெண்ட்டா?." "நம்ம அமன்..." அப்புறம் அம்மாவுடைய பெரிய அலறலுடன் கூடிய அழுகைதான் கேட்டது.

"என்ன ஆச்சு அம்மா! அழாத. அமனுக்கு என்ன ஆச்சு?." அவள் சூழ்நிலையை மறந்து உரத்த குரலில் கேட்டாள். "மாரடைப் புன்னு சொல்றாங்க. ஐ சி யூவுல வச்சிருக்காங்க." "அம்மா பயப்படாத. நான் உடனே வரேன். அவனுக்கு ஒன்னும் ஆகாது." அவளுடைய கையில் இருந்த மொபைல் போன் நடுங்கியது. வேறு எதைப் பற்றியும் யோசிக்காமல் ஸ்டேஷனை விட்டுக் கிளம்பிக்கொண்டிருந்த இரயிலை விட்டு அவசர அவசரமாக கீழே இறங்கினாள்.

அவளுக்கு உடல் தளர்ந்துபோனது போலத் தோன்றியது. கால்கள் நடக்க மறுத்தன. சீரியசான நோய்கள் எதுவும் இல்லாமல் இருந்த அமனுக்கு திடீரென்று என்ன ஆயிற்று? இது வரைக்கும் இப்படி ஒன்றும் அவனுக்கு வந்தது இல்லை. கொலஸ்ட்ரால்

சாதாரணமாகத்தான் இருந்தது. இரத்த அழுத்தமும் சர்க்கரையும் கொஞ்சம்தான் கூட இருந்தது. அதொன்றும் மோசமானதாக இல்லை.

டிக்கெட்கவுண்ட்டருக்குப் போய் திரும்பிப் போக டிக்கெட்டை எடுத்தாள். இருபது நிமிடம் ஆனபோது திரும்பிப் போக வண்டி கூவிக்கொண்டே வந்து நின்றது. இரயில் கம்பியில் தலையை சாய்த்து வெளிப்புறக் காட்சிகளை வெறுமனே பார்த்துக்கொண்டு சிந்தனையில் ஆழ்ந்திருந்தாள். வெளிக்காட்சிகள் எவையும் முன்பு போல அவளைக் கவரவில்லை.

இருபத்தி இரண்டு வருடங்களுக்கு முன்பு வெளிநாட்டுக்கு பிறந்த ஊரைவிட்டுப் போன அவளுக்கு சொந்த ஊர் ஒரு கெட்ட கனவாக இருந்தது. மர்மங்கள் மரத்துப் போகச் செய்திருந்தாலும் அவை தளம் கட்டி நின்றன. கேட்டு அறிந்தவற்றின் உண்மைகளை அறியமுடியாமல் மனதின் ஆழத்தில் சங்கடங்களே எப்போதும் அவளுக்குத் துணையாக வந்தன.

அப்பாவுடைய சாவில் இருந்த புதிர்களை அவிழ்க்க அவள் பல தடவை முயன்றாள். ஆனாலும் சில குறுக்குவலைகள் அவளுக்குத் தடை போட்டன. அவையெல்லாம் சிக்கெடுக்க முடியாத நஷ்டங்களாக இருந்தன. சொந்த ஊரைவிட்டு வந்து ஒரு வருடமாகிவிட்டது. இடையிடையில் குழந்தைகளையும் சமரனையும் பார்க்கப் போய்விட்டு வருவாள். அவர்களுக்கு அதில் ஒரு புகாரும் இல்லை.

சமரன் மாதிரி ஒரு புருஷன் கிடைக்க அவள் கொடுத்து வைத்திருக்கவேண்டும். அவன் அவளுக்குக் கிடைத்த ஒரு வரம். விருப்பு வெறுப்புகளுடன் ஆசைகளுடன் கூடவே நின்று துணையாக இருந்தான். பல சமயங்களிலும் மனது திரும்பப் போகவே சொல்கிறது. துக்கங்களை மட்டுமே வாரி வழங்கிக் கொடுத்த இடம் அது. துயரங்களுடைய பெருமழையில் மரத்துப் போன நிமிடங்களும் நாட்களும் நீண்டு போனபோது ஒரு போதும் மீட்டெடுக்க முடியாது என்று நினைத்தாள்.

அப்பாவுடைய பிரிவினால் ஏற்பட்ட வேதனைகளுக்கு நடுவிலும் அவர்கள் வாழ்க்கையில் நம்பிக்கைவெளிச்சத்துடன் முன்னோக்கி நடந்தார்கள். இரண்டு வருடத்துக்கு முன்னால் அம்மாவும் அமனும் ஊருக்கு வந்தபோது நிம்மதி காணாமல் போயிருந்தது. வேலையை விட்டுவிட்டு பிசினெஸ் செய்வதாக சொல்லிக்கொண்டு அவன் ஊருக்கு வந்தான். அதைத் தடுக்க பல தடவை அவள் முயற்சி செய்தாள்.

வயதில் அவன் சின்னவந்தான் என்றாலும் அவன் பிடிவாதக் காரனாக இருந்தான். அம்மாவுக்கு அவனுடன் ஊருக்குப் போவதில் விருப்பம் இல்லை. மனதில்லா மனதுடந்தான் அம்மா அவனுடன் போனாள்.

கூப்பிடும்போதெல்லாம் கவலைப்படுவாள். ஒரு வருடம் ஆனபோது அமனுடைய நண்பர்கள் மீது சந்தேகம் தோன்றியது. அதைப் பற்றி அம்மா அப்போதுதான் அவளிடம் சொன்னாள்.

எப்படியாவது திரும்பக் கூட்டிக்கொண்டு வந்து வேலையில் உட்காரவைக்க வேண்டும் என்று பாடுபட்டாள். ஒரு சமயம் மர்வா அவனைக் கூப்பிட்டு உபதேசம் செய்யப் பார்த்தாள். கோபத்துடன் அவன் "இனிமேலயும் என்னோட பின்னால நடந்து விசாரிக்கறத விட்டுட்டு உன்னோட குடும்பத்த கவனி" என்று சொல்லி அவன் போனை கட் செய்தான்.

எப்போது பார்த்தாலும் அவன் நண்பர்களுடந்தான் இருக்கிறான் என்று தெரிந்தது. அம்மாவுடைய பயம் அதிகமான போதுதான் சமரனிடம் விஷயங்களைச் சொல்லிப் புரியவைத்து ஊரில் கொஞ்ச நாள் தங்கியிருக்க முடிவு செய்தார்கள். குழந்தைகள் சமரனுடன் பத்திரமாக இருப்பது அவளுக்குப் பெரிய ஆறுதல். அப்பா போன பிறகு கஷ்டப்பட்டுதான் மூன்று பேரும் சாதாரண நிலைக்கு வந்தார்கள்.

அம்மா வீட்டுக்கு வெளியில் வர ஆறேழு வருடங்களாயிற்று. மனநோயாளி மாதிரி வீட்டுக்குள்ளேயே இருந்து வெளியில் வராமல் எதைப் பற்றியெல்லாமோ யோசித்து மௌனமாக இருந்தாள். அந்த உருவம் அவ்வப்போது அவள் ஞாபகத்துக்கு வரும். அம்மாவுக்கு அமனை கட்டுப்படுத்த முடியவில்லை. வார்த்தைகளால் கூட அவனை அம்மா வேதனைப்படுத்தவில்லை.

அப்பாவுடன் வாழ்ந்த சொர்க்கம் போன்ற வாழ்க்கை எவ்வளவு சட்டென்று முடிந்துபோய்விட்டது? முப்பது வருடங்கள். இப்போதும் மனதுக்குள் அந்த வாழ்க்கையின் நினைவுகள் வந்து நிழலாடும்.

★★ ★★ ★★

10

"மனித இனத்தைப் பாதிக்கும் மிகப் பெரிய துயரம் போர். அது நாடுகளை அழிக்கிறது. குடும்பங்களை அழிக்கிறது. மதங்களை அழிக்கிறது. வேறெந்த துயரமும் அதைவிட மெச்சப்பட்டதெ"

– மார்ட்டின் லூதர்.

வியாழக்கிழமை. வெப்பமான காலைப்பொழுதில் குளிரூட்டப்பட்ட அறையின் வெளிப்பக்கத்தில் இருந்து வெடிகுண்டுகளுடைய சத்தத்தைக் கேட்டுதான் மர்வா எழுந்தாள். கட்டிலுக்கு இரண்டு பக்கங்களிலும் அலியும் பாத்திமாவும் அவர்கள் இரண்டு பேரையும் கட்டிப் பிடித்தபடி இருந்தார்கள். பயந்துபோன இரண்டு கண்களால் அவள் அவர்கள் இரண்டுபேரையும் மாறி மாறிப் பார்த்தாள்.

அவன் ஆழ்ந்து தூங்கிக்கொண்டிருந்தான் என்றாலும் எந்த நிமிடத்திலும் எழுந்துவிடுவான் போலிருந்தது. அமைதியாக வாழ்ந்துகொண்டிருந்த குவைத்தில் போர் மூண்டது. உள் நாட்ட வர்களும் வெளி நாட்டவர்களும் அந்த கறுப்பு வியாழக்கிழமையை மறக்கமாட்டார்கள். 1990 ஆகஸ்ட் 2. நள்ளிரவு. உலகத்தை பீதியில் ஆழ்த்தி சதாம் ஹுசேனுடைய தலைமையில் ஒரு இலட்சத்துக்கும் அதிகமான இராக்கிய வீரர்களும், எழுநூற்றுக்கும் அதிகமான டாங்குகளும் குவைத்துடைய எல்லைச்சாவடிகளை உடைத்து எறிந்து செல்வச் செழிப்புடன் இருந்த குட்டி அரபு நாட்டை ஆக்ரமித்தார்கள்.

சர்வாதிகாரியான சதாம் நடத்திய மனிதகுலத்துக்கு எதிரான ஆக்ரமிப்பு களங்கமில்லாத மக்களுடைய வாழ்க்கையை தாறுமாறாக்கியது. நிராசையுடைய நிழல்கள் அவர்கள் நிம்மதியைக் குலைத்தது. அன்று முதல் மர்வாவுடைய வாழ்க்கையிலும் நஷ்டங்கள் தொடர்கதையாகின. சந்தோஷத்தை மட்டுமே அறிந்து நிம்மதியாக அப்பா அம்மாவோடு குவைத்தில் அயல்நாட்டு வாழ்க்கை வாழ்ந்துகொண்டிருந்த பதிமூன்று வயதும் பத்து வயதும் உடைய மர்வா அமனுடைய வாழ்க்கையின் நாட்கள் அதற்குப்

பிறகு பரிசோதிக்கப்பட்ட நாட்களாக இருந்தன.

வரலாற்றைப் பின்னோக்கி நோக்கும்போது குவைத் இராக்கின் பகுதியாக இருந்தது. இரான், இராக் போர் சமயத்தில் இராக்குக்கு உதவ குவைத் கடனாகக் கொடுத்த மிகப்பெரிய தொகையை திருப்பிக் கொடுக்கமுடியாது என்று இராக் அறிவித்தது. எல்லைப் பகுதியான ருமைலாவில் இருந்து குவைத் எண்ணை வயல்களில் சட்ட விரோதமாக எண்ணை எடுத்து விற்று சர்வதேச எண்ணைச் சந்தையை அடக்கி ஆள்கிறது என்று இராக் குற்றம் சாட்டியது.

இதனால் சுயமரியாதைக்குப் பங்கம் ஏற்பட்டுவிட்டதாக நினைத்து குவைத் தலைவர் இராக்கைக் கண்டித்தார். இரண்டு நாடுகளுக்கும் இடையில் இந்த சம்பவம் நல்லுறவைப் பாதித்தது. ஆக்ரமிப்புச் சம்பவம் நடந்ததற்கு முதல்நாள்தான் அலியும் சொந்தக்காரர்களும் இராக், குவைத்தின் மீது போர் தொடுக்கலாம் என்ற சந்தேகத்தை வெளிப்படுத்தினார்கள்.

சில நாட்களாக சௌதி அரேபியா போன்ற நாடுகளின் தலையீட்டால் இரண்டு நாடுகளுக்கும் இடையில் சமாதானத்தை ஏற்படுத்த முயற்சிகள் நடப்பதாகச் செய்திகள் வந்துகொண்டிருந்தன. முதல்நாள் இராக் பகுத்தறிவுக்குப் பொருந்தாதவகையில் சுமத்திய குற்றச்சாட்டை குவைத் நிராகரித்தது. இது சதாமை கோபமடையச் செய்துள்ளது என்று கேள்விப்பட்டார்கள்.

குவைத்துடைய குறைவான ராணுவபலமும், ராஜதந்திரங்களும் நிலைமையை இன்னும் மோசமாக்கியது. நாட்டின் சமாதானத்துக்கும் பாதுகாப்புக்கும் படைகளின் முக்கியத் துவத்தைப் பற்றி குவைத் அதிகம் கவனம் செலுத்தவில்லை. முன்னேற்றத்தின் பாதையில் சென்று கொண்டிருந்த குவைத்தை முன்னறிவிப்பு செய்யாமல் பதுங்கி இராக் ஆக்ரமிக்கும் என்று யாரும் எதிர்பார்க்கவில்லை. வழக்கத்துக்கு மாறாக பாலையும் மற்ற அத்தியாவசியப் பொருட்களையும் வாங்கி நேற்று அலி கடையை மூடிவிட்டு வெகுநேரம் கழித்தே வீட்டுக்கு வந்தார். குழந்தைகள் தூங்கிப் போயிருந்தார்கள். பாத்திமா விஷயத்தைக் கேட்டபோது அலி கவலையுடன் சொன்னார்.

"ஏதாச்சும் சம்பவிச்சா மன தைரியத்தைக் கைவிடக்கூடாது. அப்படி ஒன்னும் நடக்காது" என்று சொல்லி சமாதானப்படுத்தினார். ராத்திரி வெகுநேரம் கழித்துப் பயப்படுத்தும் சத்தங்களைக் கேட்டுதான் அலி திரைச்சீலையை அகற்றி அபார்ட்மெண்ட்டுடைய இரண்டாவது மாடியில் இருந்த ஜன்னல் வழியாக வெளியில் பார்த்தார்.

ரோடு நிறைய துப்பாக்கி ஏந்திய ராணுவ வீரர்கள். ராணுவ டிரக்குகள் அந்தப் பகுதி முழுவதையும் ஆக்ரமித்திருந்தது. பாத்திமாவை மெதுவாகத் தட்டி எழுப்பி வெளியில் தெரிந்த பீதி ஏற்படுத்தும் காட்சிகளைக் காட்டினார். இரண்டு பேரும் அல்லாவை தொழுதார்கள். அலியும் பாத்திமாவும், குழந்தைகள் வெளிச்சத்தங்கள் உள்ளே கேட்டு பயப்படாமல் இருக்க ஜன்னல் இடுக்குகளில் டேப் போட்டு ஒட்டினார்கள்.

ஜன்னல் திரைச்சீலைகள் விலகிப்போகாமல் இருக்க பின்களைக் குத்தி கட்டினார்கள். அப்படியும் சத்தம் கேட்டு நன்றாகத் தூங்கிக்கொண்டிருந்த மர்வா திடுக்கிட்டு எழுந்தாள். சாதாரணமாக வியாழக்கிழமைகள் எல்லாம் அவளுக்கு மிகப் பிடித்தமான கிழமைகள். அன்றைக்குதான் குவைத் சிட்டியை அப்பாவுடன் சேர்ந்து சுற்றிவரலாம்.

அந்தக் கிழமையில் மர்வாவும், அமனும் சந்தோஷத்தோடுதான் தூங்கி எழுந்திருப்பார்கள். சாயங்கால நேரத்தில் நாலு பேரும் சேர்ந்து சிட்டியைச் சுற்றிப் பார்க்கக் கிளம்புவார்கள். மாலிகாவில் பார்க்கில் அதிக நேரத்தைச் செலவழித்த பிறகு சூப்பர் மார்கெட்டுக்குப் போய் வீட்டுக்கு ஒருவாரத்துக்குத் தேவையானதை எல்லாம் வாங்கிக்கொண்டு வெளியிலேயே சாப்பிட்டுவிட்டு ராத்திரி நேரம் கழித்துதான் திரும்பிவருவார்கள்.

இப்படிப்பட்ட சந்தோஷமான குவைத் வாழ்க்கை தாறுமாறாகியது அந்த ஆகஸ்ட் மாதத்தில் வந்த முதல் வியாழக்கிழமைதான். ஆகஸ்ட் 2ஆம் தேதி. பயத்தோடு எழுந்த மர்வாவை அலியும் பாத்திமாவும் சமாதானப்படுத்தினார்கள். இராக்கும் சதாமும் அவளுக்குள் பீதியை ஏற்படுத்தினார்கள். ஒரு பயங்கரவாதி அவளுடைய ப்ளாட்டுக்கு மேல் துப்பாக்கியோடு நிற்பது போல தோன்றியது.

பக்கத்து வீடுகளில் இருந்தவர்களுடைய நிலைமையைத் தெரிந்துகொள்ள வாசலைத் திறக்கக்கூட அவர்கள் பயப்பட்டார்கள். விமான நிலையத்தைதான் முதலில் ராணுவம் கைப்பற்றியது. பல இடங்களிலும் குண்டு போட்டார்கள். தொலைக்காட்சியில் சதாமைப் போற்றிப் புகழும் பாட்டுகள். தெருக்களில் ரோந்து சுற்றும் இராக்கிய படை வீரர்கள். குவைத் தேசியக்கொடிக்குப் பதிலாக இராக்கின் தேசியக்கொடி ஆகாயத்தில் உயரமாகப் பறந்தது.

கடைகளையும், வீடுகளையும், கம்பெனிகளையும் எல்லாம் ராணுவத்தினர் புகுந்து கொள்ளையடித்தார்கள். எந்த நிமிடத்தில்

வேண்டுமானாலும் அவர்கள் ப்ளாட்டுக்குள் நுழைந்து ஆக்ரமிப்பு செய்யலாம். ஒரு சில மணி நேரம் ஆனபோது டெலிபோன் லைன்கள் துண்டிக்கப்பட்டன. குவைத்திகளில் பெரும்பாலானோரும் சௌதி அரேபியாவுக்குத் தப்பி ஓடிப் போய்விட்டார்கள்.

போகமுடியாமல் அங்கே அகப்பட்டுக்கொண்ட குவைத்திகளை ராணுவத்தார் குறி வைத்தார்கள். உணவுப்பொருட்களை வாங்க மட்டும் சிலர் பதுங்கி பதுங்கிப் பயத்துடன் போனார்கள். வாழ்வுக்கும் சாவுக்கும் இடையில் நடந்த போராட்டங்களாக அந்தக் காட்சிகள் இருந்தன. பலரையும் அவர்கள் சிறை பிடித்தார்கள். இது தெரிந்த பிறகு யாரும் வெளியில் போகவில்லை.

உள்ளேயே அடைந்துகிடந்தார்கள். எட்டு நாட்கள் மரண பயத்தோடு வாழ்க்கையைப் பிடித்துத் தள்ளிக் கொண்டிருந்தார்கள். எந்த நிமிடத்தில் வேண்டுமானாலும் நாடு விட்டுப் போகத் தயாராக இருந்தார்கள். பாத்திமாவும் அலியும் நாடு விட்டுப் போகும் பயணத்தில் நேரிடவேண்டிய விஷயங்களைப் பற்றி எடுத்துச்சொன்னார்கள். குழந்தைகள் வெளியில் நடப்பவற்றை நேரில் பார்த்தால் பயப்படுவார்கள் என்று அவர்களுக்குத் தெரியும்.

பாட்டில்களில் தண்ணீரை நிரப்பி வைத்தார்கள். அத்தியாவசியாமகத் தேவைப்படும் பொருட்களைச் சின்னப் பைகளில் போட்டுத் தயாராக இருந்தார்கள். இந்தியாக்காரர்களையும் பாகிஸ்தான்காரர்களையும் இராக்கியப் படையினர் எந்தத் தொந்தரவும் செய்வதில்லை என்ற செய்தி ஆறுதலாக இருந்தது. குவைத்திய நாட்டவர்களை ராணுவம் தேர்ந்தெடுத்துக் கொன்றார்கள். மற்ற வெளிநாட்டுக்காரர்களைச் சிறைப்படுத்தினார்கள்.

திடீரென்று வாசல் கதவை யாரோ பலமாக இடிக்கும் சத்தம் கேட்டது. அலி பாத்திமாவிடம் குழந்தைகளையும் கூட்டிக்கொண்டு உள் அறைக்குள் போய் இருக்கும்படி சைகை காட்டினார். அமன் பயத்தில் நடுங்கிக்கொண்டிருந்தான். பாத்திமா அவர்களைக் கூட்டிக்கொண்டு படுக்கையறையின் ஒரு மூலையில் போய் பதுங்கிக் கொண்டார்கள்.

அலி தைரியத்தை வரவழைத்துக் கொண்டு பீப் துவாரத்தின் வழியாகப் பார்த்தார். வாசலில் துப்பாக்கி ஏந்திய ராணுவ வீரர்கள் நின்றுகொண்டிருந்தார்கள். அலி என்ன செய்வது என்று தெரியாமல் ஆடாமல் அசையாமல் அப்படியே நின்றார். கதவைத் திறக்கவில்லை என்றால் அவர்கள் கதவை உடைத்துக்கொண்டு உள்ளே நுழைவார்கள்.

படைத்தவனிடம் எல்லா பொறுப்புகளையும் ஒப்படைத்து விட்டு மன தைரியத்தோடு நிதானமாக அலி கதவைத் திறந்தார். இரண்டு கைகளையும் தூக்கி அவர்களுக்கு முன்னால் உணர்ச்சிகள் எதுவும் இல்லாமல் நின்றார். பாஸ்போர்ட்டைக் கேட்டபோது பாக்கெட்டில் இருந்து எடுத்து காட்டினார். சீனியர் என்று தோன்றும் வீரன் மற்றவர்களுக்குக் கட்டளைகளைப் பிறப்பித்தான்.

அவர்கள் உள்ளே நுழைந்து டிவியையும், விசி ஆரையும் கழற்றி எடுத்துக்கொண்டு போனார்கள். அப்புறம் சமையல் ரூமுக்குள் போனார்கள். இன்னும் இரண்டு பேரை அழைத்து ப்ரிட்ஜை எடுக்க சொன்னார்கள். எல்லாவற்றையும் எடுத்துக்கொண்டு அவர்கள் போன போது அலி நிம்மதியோடு வாசல் கதவை மூடினார். மற்ற எதைக் காட்டிலும் மதிப்பு மிக்கது உயிர்தானே?

அதனால்தான் வேலையையும் சம்பாதித்ததையும் விட்டுவிட்டு சொந்த நாட்டுக்குப் போக முயற்சி செய்துகொண்டிருந்தார்கள். எரிந்த எண்ணைக்கிணறுகள். நெஞ்சைப் பிளக்கும் வெடிச்சத்தங்கள். அவை எல்லாம் அயல்நாட்டுக்காரகளை பீதியில் ஆழ்த்தியது. சொர்க்கத்தில் இருந்து நரகத்துக்குப் போனது மாதிரி அவளுடைய இதயம் பீதியில் உறைந்துபோயிருந்தது.

இந்திய அரசாங்கம் நாட்டுக்கு அழைத்துக்கொண்டு வர முயற்சிகள் செய்துகொண்டிருந்தது. இந்தியா ஒருபோதும் இராக்குக்கு எதிரான நிலையை எடுக்காததால் ராணுவம் அதற்குத் தடையாக இருக்கவில்லை. அதனால் இந்தியர்களுக்கு குவைத்தை விட்டுப் போக அவர்கள் ஒத்துழைத்தார்கள். ஆனால் போர். அது போர் நடந்துகொண்டிருந்த சமயம். ஒவ்வொரு நிமிடமும் எச்சரிக்கையோடும் விவேகத்தோடும் இருக்கவேண்டும். ஆபத்துகள் ஏற்படும்போதும் பார்க்கும்போதும் மன உறுதியோடு நடந்துகொள்ள வேண்டும்.

அவர்களை கோபப்படுத்தாமல் எப்படியாவது தப்பிக்க சரியான வாய்ப்புக்காக அவர்கள் எல்லோரும் காத்துக்கொண்டிருந்தார்கள். குவைத்துக்குப் பக்கத்தில் இருந்தது அம்மான் விமானநிலையம். அங்கே போகவேண்டுமென்றால் பல ஆபத்துகளைத் தாண்ட வேண்டும். அங்கே போகும் பயணத்துக்காக எட்டாவது நாள் அலிக்கும் குடும்பத்துக்கும் வழி பிறந்தது.

அவர்கள் கையில் எடுத்துக்கொள்ளக்கூடியவற்றோடு இவ்வளவு நாள் சொந்த நாட்டை விட அதிகமாக நேசித்திருந்த நெஞ்சுக்கு நெருக்கமான நாட்டோடு விடைபெற்றுக் கொண்டார்கள்.

★★ ★★ ★★

11

"நாங்கள் அழைக்கப்படாத விருந்தாளிகள். வரவேற்கப்படாதவர்கள். எங்களுடைய துரதிர்ஷ்டத்தை இன்னொரு இடத்துக்குக் கொண்டுபோக வேண்டும்"

– காலிஃப் ஹுசேன்.

இராக்கிய பஸ் சர்வீஸ்கள் அகதிகளுக்காகத் தெருவில் வந்துபோய்க்கொண்டிருந்தன. நீண்டு நின்றுகொண்டிருந்த க்யூவில் வெகுநேரம் நின்றபிறகுதான் ஒவ்வொரு குழுவுக்கும் பஸ்ஸிற்குள் ஏறமுடிந்தது. அப்படி நாற்பது பேர் அடங்கிய சிறிய கூட்டத்தோடு அலியும் குடும்பமும் அகதிகளுக்காக அனுமதிக்கப்பட்ட அந்த பஸ்ஸில் பயணத்தைத் தொடங்கினார்கள்.

குவைத்துடைய எல்லையைக் கடந்து பார்த்த பாலைவனக்காட்சிகள் அவர்களுடைய மனதைப் போலவே சுட்டுப் பொசுக்குவதாக இருந்தது. சுற்றிலும் கண்ட காட்சிகள் எல்லாம் மணற்காற்றால் தெளிவில்லாமல் காட்சி தந்தன. காற்று மண்டலத்தில் தூசுகள் உயிருக்கான போராட்டத்தில் எழும்பி உயர்ந்தது. புகைபோல அது படர்ந்து பார்வையை மறைத்தது. மர்வா அமனைக் கெட்டியாகப் பிடித்துக்கொண்டு அலியுடைய தோளில் தலையை சாய்த்துக்கொண்டிருந்தாள்.

அப்பா அம்மா கூட இருந்ததுதான் அவர்கள் செய்த புண்ணியம். அவர்கள் அருகில் இருந்ததுதான் அவர்களுக்குச் சொர்க்கமாக இருந்தது. அந்தத் தலைவருடல்கள்தான் அவர்களுடைய நம்பிக்கை. அங்கே போருக்கோ பயணத்துக்கோ முக்கியத்துவம் இல்லை. எல்லை இல்லாத மணற்காட்டின் வழியாக பஸ் நிறுத்தாமல் போய்க்கொண்டிருந்தது. கடைசியாக எங்கேயோ பஸ் நின்றது.

"பாக்தாத் வந்துவிட்டது." பஸ் டிரைவர் சொன்னார்.

ஒவ்வொருவராக இறங்கினார்கள். டார்ச் வெளிச்சத்தில் அவர்கள் குட்டிக் குட்டி கூடாரங்கள் இருப்பதைப் பார்த்தார்கள்.

சில இடங்களில் எமர்ஜென்சி விளக்குகளின் வெளிச்சத்தையும் பார்க்கமுடிந்தது. மற்ற சக பயணிகள் உதவியோடு கையில் இருந்த கெட்டியான பெட்ஷீட்டை வைத்து அலி, கூடாரம் கட்டினார். வந்தவர்கள் எல்லோரும் அந்தப் பாலைவனப் பூமியில் மணலில் தங்களுக்காக அனுமதிக்கப்பட்ட இடங்களில் இருக்க ஆரம்பித்தார்கள்.

ஆடம்பரத்தோடு வாழ்ந்துகொண்டிருந்த அவர்கள் வாழ்க்கையிலிருந்து நரகத்துக்கு ஒரு கணப்பொழுதில் வீசியெறியப்பட்டார்கள். பாலைவனப் பூமியில் சொர்க்கத்தில் இருப்பது போல வாழ்ந்த வர்கள் நரகத்தின் தீச்சுவாலையில் அகப்பட்டுத் துடித்துடித்து துவண்டுகொண்டிருந்தனர். கூடாரங்களில் இருந்து குழந்தைகளின் அழுகையும், தேம்பல்களும் ஓயாமல் வர ஆரம்பித்தன. மனிதன் என்பவன் ஒன்றுமில்லாதவன் என்பதைப் புரிந்துகொள்ள இந்த அனுபவங்கள் வழியாகப் பயணம் செய்தாலே போதும்.

நேரம் வெளுத்தபோது எல்லாக் காட்சிகளும் ஏறக்குறையத் தெளிவாகத் தெரிந்தன. அந்தப் பாலைவனப் பூமி, கூடாரங்களால் நிறைந்திருந்தது. அகதிகளுடன் பஸ்கள் வந்துகொண்டிருந்தன. மனிதக் கழிவுகளுக்கு மேல் கூடாரங்களைக் கட்டி இருக்க இடத்தைக் கண்டுபிடித்து இருந்தார்கள். நாடு, மதம், சாதி எல்லாவற்றையும் மறந்து அருவருப்பும் வெறுப்பும் இல்லாமல் உயிரைக் காப்பாற்றிக்கொள்ள அவர்கள் ஒவ்வொருவரும் படாதபாடு பட்டார்கள்.

நிற்காமல் போகிற டிரக்குகளுக்குப் பின்னால் ஆட்கள் ஓடுகின்ற காட்சிகள் மனதை உருக்கியது. டிரக்குகளை நிறுத்தினால் மக்கள் கூட்டத்தை அவர்களால் தடுத்து நிறுத்தமுடியாது. உணவுடன் வரும் வண்டிகள் பாக்கெட்டுகளை உடைத்து ரொட்டித்துண்டுகளை எறியும் காட்சிகள் மனதைச் சங்கடப்படுத்தியது. அலி பாத்திமாவையும் குழந்தைகளையும் ஆறுதல் வார்த்தைகள் சொல்லித் தேற்றிக்கொண்டிருந்தார்.

மர்வாவுக்கு நடப்பதைப் புரிந்துகொள்ளவும் உள் வாங்கிக்கொள்ளவும் முடிந்தது. ஆனால் அமனுக்கு அப்படி இல்லை. அவனுடைய ஒவ்வொரு காட்சியும் அனுபவமும் அவனை மேலும் மேலும் பயமுறுத்தியது. விளையாட்டையும் அரட்டையையும் மறந்து மனநோயாளியைப் போல மௌனமானான். அன்றே அவனுக்குச் சுட்டெரிக்கும் காய்ச்சல் வந்தது.

அகதிகளுக்கு உதவி செய்வதற்காகக் கூடாரங்களுக்கு நடுநடுவே சிறிய நகரும் கேபின்களில் அரபு நாட்டைச் சேர்ந்த டாக்டர்களும் இருந்தார்கள். அலி அமனைத் தோளில் போட்டுத் தூக்கிக்கொண்டு டாக்டரைப் பார்க்க நிற்பவர்களுடைய நீண்ட வரிசையில் பல மணி நேரம் காத்துக்கொண்டிருந்தார். பிறகு டாக்டர் கொடுத்த மருந்துடன் திரும்ப வந்தார்.

மூன்று பேரும் அமனை அக்கறையோடு கவனித்துப் பராமரித்து முன்பிருந்த நிலைக்குக் கொண்டு வந்தார்கள். நோ மேன் லேண்ட் என்று அழைக்கப்பட்ட அந்த ஆட்கள் இல்லாத பகுதியில் இருந்து அகதிகளை அம்மான் டிரைஃப் ஃபேர் மையத்தில் சுத்தமான கூடாரங்களுக்கு இடம் மாற்றினார்கள். மக்கள் நடமாட்டம் இருந்த இடத்துக்கு வந்து சேர்ந்தபோது எல்லோர் முகத்திலும் நம்பிக்கையின் கீற்று பிரகாசித்தது.

ஐ.நா.வின் உணவுப் பொட்டலங்கள் அகதிகளுக்காக ஒரு நாளைக்கு இரண்டு தடவை கொடுக்கப்பட்டன. நிம்மதியின் மொட்டுகள் இதயங்களில் மலரத்தொடங்கியது. எல்லோரும் ஒருவரோடு ஒருவர் மனம் திறந்து பேசவும் சிரிக்கவும் ஆரம்பித்தார்கள். அதுவரை மனதிற்குள் எரிந்துகொண்டிருந்த பயத்தில் இருந்து அவர்கள் கொஞ்சம் கொஞ்சமாக விடுதலை பெற்றார்கள்.

மர்வாவும் அமனும் அங்கிருந்த மற்ற குழந்தைகளுடன் பழக ஆரம்பித்தார்கள். தினமும் குளித்து இரண்டு தடவை உடை மாற்றி வாழ்ந்துகொண்டிருந்த அவர்கள் நாட்கணக்கில் குளிக்காமல் ஆடைகளை மாற்றிக்கொள்ளாமல் வாழப் பழகிக்கொண்டார்கள்.

மனித உடலில் உயிரை நிலைநிறுத்த அவசியமானது தண்ணீரும் ஆகாரமும் அப்புறம் சூடில் இருந்தும் குளிரில் இருந்தும் தப்பிக்க ஸ்வெட்டரும் மட்டுமே என்று புத்தகங்கள் வழியாக மட்டுமே தெரிந்துவைத்திருந்த குழந்தைகள் அதையெல்லாம் நேர் அனுபவங்களின் வழியாகக் கற்றுக்கொள்ள ஆரம்பித்தார்கள். எந்தவித மோசமான காலநிலையிலும் வாழ்க்கை நிலையிலும் மனிதனால் வாழமுடியும் என்று மண்ணில் பிறந்து மண்ணோடு மண்ணாகப் போகும் வாழ்க்கைப் போராட்டத்தின் வழியாக மனிதன் தெரிந்துகொண்டிருந்தான்.

அம்மானில் டி.எஃப்.சியில் ஏழு நாட்கள் கடந்து போன போது சொந்த நாட்டுக்குப் போக விமானம் வந்துவிட்டது என்ற செய்தி வந்தது. அதைக் கேட்டு பாலைவனப் பூமியில் குளிர் மழை போல

அவர்கள் மனதில் ஆறுதலின் நிழல் படர்ந்தது. ஒருவரையொருவர் கட்டியணைத்து சந்தோஷத்தைப் பகிர்ந்துகொண்டார்கள்.

அம்மானில் ஏர் போர்ட்டுக்குப் பக்கத்தில் இருந்த ஹோட்டல் அபார்ட்மெண்ட்டில் அறைகளுக்கு எல்லோரும் பயணம் புறப்பட்டார்கள். பல வாரங்களுக்குப் பிறகு சுத்தமும் சுகாதாரமும் உடைய கட்டிடத்திற்குள் நம்பிக்கையோடு நுழைந்தார்கள். இரண்டு வாரமான பிறகு அவர்களுடைய முறை வந்தது.

விமானநிலையத்தில் ரட்சகனாக ஆகாயத்தில் பறந்து உயரத் தயாராக நின்றுகொண்டிருந்த விமானத்தில் ஏறினார்கள். பல உணர்ச்சிகள் அலை மோதிக்கொண்டிருந்த அகதிகளை சுமந்துகொண்டு சில மணி நேரங்களுக்குப் பிறகு விமானம் இந்திய மண்ணில் தரையைத் தொட்டது.

மும்பை விமானநிலையத்தில் பாரம் நிறைந்த மனமும் வெறும் கையுமாக அவர்கள் இரயில்வே ஸ்டேஷனுக்குக் கிளம்பினார்கள். அழுக்குப்படிந்த ஆடைகளை அணிந்துகொண்டு இலவசமாகப் பயணம் செய்து வந்த குவைத் அகதிகளைத் தெருவோர வியாபாரிகள் கூட லட்சியம் செய்யவில்லை. சொந்த நாட்டிற்குச் சூன்யத்தில் இருந்து வந்தவர்கள் போல அவர்கள் வந்து சேர்ந்தார்கள்.

ஊரின் பசுமையும் மழையும் அவர்களுடைய மனநிலையை மனப்போராட்டங்களை மாற்றவில்லை. இனிமேல் வாழ்வதற்காகப் யுத்தம் செய்ய ஆரம்பிக்கவேண்டும். பரிதாபத்தை அள்ளி வீசும் கண்களில் இருந்து தப்பித்து மீண்டு வந்து வாழ வழி தேடி புதிய பயணம் தொடங்கவேண்டும். அதுவரை சம்பாதித்த, சுகங்களை எல்லாம் இழந்து கிளம்பிய இடத்திற்கே அவர்கள் மறுபடியும் வந்துசேர்ந்தார்கள். மற்றவர்கள் எல்லோரும் அவர்களை எக்ஸ் குவைத் என்று தான் கூப்பிட்டார்கள்.

★★ ★★ ★★

12

"அவனுடைய சுவாசம் நின்றுபோகும்போது அவன் பூமிக்குத் திரும்புகிறான். அன்றே அவனுடைய திட்டங்கள் முடிவுக்கு வந்துவிடும்."

– பைபிள்.

பெரிய வீடும் முற்றமும் மரங்களும் நிறைந்த சுற்றுப்புறம் மர்வாவுக்கும் அமனுக்கும் புத்துணர்வை ஏற்படுத்தின. குறுகலான அடுக்குமாடிக் குடியிருப்பு வாழ்க்கையில் இருந்து பரந்து கிடந்த அறைகள் உடைய அந்த பெரிய வீடு அவர்களை வரவேற்றது. அதுவரை அப்பாவும் அம்மாவுமாக மட்டுமே இருந்த அவர்களுடைய உலகம் சொந்தங்களும் அக்கம்பக்கத்து வீட்டுக்காரகளுமாக விரிவடைந்தது. சந்தோஷமயமானது.

இயற்கை எழில் கொஞ்சும் ஊரின் அழகில் அகதிகளாக வந்ததால் உண்டான வேதனைகள் மறைய ஆரம்பித்தன. புதிய ஸ்கூல். புதிய நண்பர்கள். சீக்கிரமே அவர்கள் அந்த சூழலோடு இணங்கி வாழ ஆரம்பித்தார்கள். குழந்தைகளும், பாத்திமாவும் ஊருடன் நன்றாகப் பழகத் தொடங்கியதோடு அலி அயல்நாட்டில் சம்பாதித்ததையும், பாத்திமாவுடைய நகைகளையும் ஒன்று திரட்டி புதிய தொழில் தொடங்க முயற்சிகளை ஆரம்பித்தார். நகரத்தில் மையமான இடத்தில் ஆறு மாத கடினமான உழைப்பால் அரேபியன் ஸ்டைலில் ஹோட்டலைத் தொடங்கினர்.

மிக நல்ல அரேபியன் வகை உணவுகள் கிடைக்கும் ஹோட்டல் அந்த ஊரில் அது ஒன்றுதான். அப்படி ஒரு ஹோட்டல் அந்த ஊரில் அதற்கு முன் இல்லை. தூரத்தில் இருந்தெல்லாம் சாப்பாட்டுப் பிரியர்கள் அந்த ஹோட்டலைத் தேடிவர ஆரம்பித்தார்கள். ஒரு சில மாதங்களுக்குள்ளாகவே அந்த ஹோட்டல் பார்ப்பவர் எவரையும் பொறாமைப்படும் வகையில் வளர்ந்து பெரிதானது. விரிவாக்கத்தின் தொடர்ச்சியாக மூன்றாவது மாடியைக் கட்டும் வேலையும் ஆரம்பித்தது.

நம்பிக்கையான சொந்தக்காரர்களையும் உதவிக்காக அலி தன்னுடன் சேர்த்துக்கொண்டார். பல சமயங்களில் வீட்டுக்கு வர முடியாமல் போனது. தொழிலையும் குடும்பத்தையும் ஒன்றிணைத்துக் கொண்டு போக பாத்திமாவையும் குழந்தைகளையும் நகரத்துக்குக் கூட்டிக்கொண்டு போக அலி முடிவு செய்தார். ஸ்கூல் மூடும்போது அப்பாவுடன் நகரத்துக்குப் போகப்போகிறோம் என்று தெரிந்தவுடன் மர்வாவும் அமனும் துள்ளிக் குதித்தார்கள்.

அவர்கள் புதிய ஸ்கூலையும் நகர வாழ்க்கையையும் அனுபவிக்கக் காத்துக்கொண்டிருந்தார்கள். எல்லாவற்றையும் இழந்து அகதிகளாக ஊருக்குத் திரும்பினார்கள் என்றாலும் அதையெல்லாம் தாண்டி படைத்தவன் அவர்களுக்கு அருள் புரிந்திருக்கிறார். அகதிகள் முகாமில் இருந்து மனமுருகி பிரார்த்தித்தது வீண் போகவில்லை. கடவுள் நல்ல வழி காட்டியிருக்கிறார். படைத்தவன் மீது நம்பிக்கையுடைய பாத்திமாவுடைய மனதிலும் புது வெளிச்சம் வீசத் தொடங்கியது.

கடைசி வருடத் தேர்வுக்கு இன்னும் கொஞ்சநாட்கள்தான் இருந்தன. இரண்டாவது பீரியடில்தான் ப்யூன் க்ளாசுக்கு வந்து டீச்சரிடம் இரகசியமாக ஏதோ சொல்வதை மர்வா பார்த்தாள். உடனே டீச்சர் அவளைப் பார்த்தார். அவளுடைய பெயரைக் கூப்பிட்டார். அவள் எழுந்து நின்றாள். “மர்வா. ஸ்டாஃப் ரூமுக்குப் போ. பையையும் எடுத்துக்க.” அவள் ஒன்றும் புரியாமல் டீச்சரைப் பார்த்தாள். “வா. நான் கூட்டிட்டுப் போறேன்.” டீச்சர் அவளையும் அழைத்துக்கொண்டு ஸ்டாஃப் ரூமை நோக்கி நடந்தார். அங்கே அமன் மர்வாவுக்காகக் காத்துக்கொண்டிருந்தான். கூடவே ஒரு சொந்தக்காரரும் இருந்தார்.

மர்வாவும் அமனும் எதற்காக அவர் அவர்களை அந்த நேரத்தில் எங்கே கூட்டிக்கொண்டு போகிறார் என்று தெரியாமல் அவரைப் பின்தொடர்ந்து காரில் ஏறினார்கள். அவர்கள் ஒருவரையொருவர் பார்த்துக்கொண்டார்கள். “எதுக்காக அங்கிள் இவ்வளவு சீக்கிரமாவே எங்களை வீட்டுக்குக் கூட்டிகிட்டுப் போறீங்க?.” மர்வா கேட்டாள். அவர் மௌனமாக இருந்தார். வீட்டுக்கு வெளியில் நிறைய ஆட்கள் இருந்ததைப் பார்த்து மர்வா அமனுடைய கையைக் கெட்டியாகப் பிடித்துக்கொண்டு காரில் இருந்து இறங்கி வீட்டுக்குள் ஓடினாள்.

ஏதோ நடக்கக்கூடாதது நடந்துவிட்டது போலத் தோன்றியது. அவள் பாத்திமா அருகில் சென்றாள். அம்மா கட்டிலில் தளர்ந்துகிடந்தாள். சுற்றிலும் இருந்த சொந்தக்காரகள் அவர்களைப் பார்த்ததும் வாய்விட்டு அலறி அழுதார்கள். பாத்திமா குழந்தைகளைப் பார்த்தவுடன் இருவரையும் கட்டிப்பிடித்து பெரிதாக அழ ஆரம்பித்தாள். அப்பாவுக்கு என்னமோ ஆகிவிட்டது. மர்வா பீதியோடு சுற்றிலும் பார்த்தாள்.

சொந்தக்காரர்கள் எல்லோரும் அவர்களைப் பார்த்துப் பெரிதாக அழுதார்கள். அம்மாவிடம் என்ன நடந்தது என்று கேட்கும் தைரியம் அவளுக்கு இல்லை. கொஞ்சநேரம் கழித்து தளர்ந்து போயிருந்த பாத்திமாவை சில சொந்தக்காரர்கள் பிடித்து எழுப்பிவிட்டார்கள். குளியலறைக்குக் கூட்டிக்கொண்டு போனார்கள். கையையும் முகத்தையும் கழுவி விட்டார்கள்.

வண்ண ஆடையைக் கழற்றி வெள்ளை ஆடையை உடுத்தி விட்டார்கள். உடம்பில் இருந்த தங்க நகைகளை எல்லாம் கழற்றினார்கள். “என்னோட அம்மா விதவையானது மாதிரி உடுத்திகிட்டு இருக்காங்க.. அதுக்கு அர்த்தம் அப்பா உயிரோட இல்லைங்கறதா?.” அவளால் நம்ப முடியவில்லை.

நேற்று ராத்திரிதான் அப்பாவோடு போனில் பேசினாள். கொஞ்ச நாள் கழித்து டவுனுக்குப் போகவேண்டும் என்று அப்பா ஞாபகப்படுத்தினார். பரீட்சைக்குப் படிக்க அமனுக்கு உதவி செய்யவேண்டும் எண்று அவர் அப்போது சொன்னார். அமன் படிப்பதில் சோம்பேறி என்பதால் அவனுடைய படிப்பு விஷயத்தை எப்போதும் அப்பா அவளிடம்தான் ஒப்படைப்பார்.

அம்மா அவனுக்கு செல்லம் கொடுத்து கெடுத்துவிட்டாள் என்று புகார் சொல்லுவார். “அப்பா நாங்க இல்லாம எங்கயும் போக மாட்டாரு. செத்துப்போனது வேற யாரோதான்.” குழந்தைத்தனம் மாறாத அவளுடைய மனதில் ஏதேதோ எண்ணங்கள் தோன்றின.

வெளியில் ஆட்களுடைய ஆர்ப்பாட்டங்கள் அதிகமாகிக் கொண்டிருந்தது. “எதுக்காக இத்தன பேர் வராங்க?.” “உனக்கு அப்பாவப் பாக்கவேணாமா?.” திடீரென்று வந்த அந்த குரலைக் கேட்டு அவள் திடுக்கிட்டுத் திரும்பிப் பார்த்தாள். நெருங்கிய சொந்தக்காரப் பெண் அவளைக் கூட்டிக்கொண்டு பக்கத்தில் இருந்த ஹாலுக்குப் போனாள்.

அங்கே அவர்களுக்கு உயிருக்கும் மேலான அப்பாவை.. உயிரில்லாத அப்பாவை வெள்ளைத்துணியால் மூடி கட்டிலில் கிடத்தியிருக்கிறார்கள். அந்த முகத்தைப் பார்க்கக்கூடிய சக்தி மர்வாவுக்கு இல்லை. இதயம் சுக்குநூறாக நொறுங்கியது போல பாத்திமாவுக்கு அருகில் ஓடினாள்.

★★ ★★ ★★

13

"மர்மங்களை வைத்திருப்பது உங்களை அடைத்துவிடத்தான் என்று நீங்கள் நினைப்பீர்கள். உங்களுடைய மனதை ஆறுதல்படுத்தவும் அமைதிப்படுத்தவும்தான் அது. ஆனால் சத்தியம் எல்லா சமயங்களிலும் நிராசையையே தருகிறது"

– ஜான் கிரீ.

பிசினெஸ் நெருக்கடிகளுக்கு நடுவில் சதிகளின் ஆழத்தை அலி தெரிந்துகொள்ளவில்லை. வெள்ளிக்கிழமை விடிகாலை தொழுகைக்காக எழுந்திருந்த அலி மூன்றாவது மாடியில் இருந்து கீழே விழுந்துதான் அந்த மரணம் சம்பவித்தது. ஆனால் யாரோ பிடித்துத் தள்ளிவிட்ட மாதிரிதான் அலி கீழே கிடந்தார். சம்பவம் விபத்து என்று பதிவு செய்யப்பட்டது. சொந்த பந்தங்கள் ஒருவரையொருவர் குற்றம் சாட்டிக் கொண்டார்கள்.

யாரையும் நம்பவும் முடியவில்லை. நம்பாமல் இருக்கவும் முடியவில்லை. பல மர்மக் கதைகளையும் மர்வா கேட்டாள். மின்னல் வேகத்தில் அலியுடைய பிசினெஸ் வளர்ந்து கொண்டிருந்ததைப் பார்த்துப் பொறாமையால் யாரோ இதைச் செய்துவிட்டார்கள் என்றே பொதுவாகப் பேசிக்கொண்டார்கள். அந்த சிறிய குடும்பம் தலைவர் இல்லாமல் போனது.

எல்லா பிரச்சனைகளையும் சமாளித்துக் கைவிட்டுப் போனதையெல்லாம் திரும்பப் பிடித்து நிம்மதியோடு வாழ ஆரம்பித்தபோது ஒருபோதும் திரும்பக் கிடைக்காத உயிரையும் பிடுங்கிக்கொண்டு விதி அவர்களைத் தீராத துக்கத்தில் ஆழ்த்தியது. அறைக்கு வெளியில் வராமல் பாத்திமா நினைவுகள் நஷ்டப் பட்டவளைப் போல இருந்தாள். சொந்தங்கள் அவர்களுக்கு ஆறுதலாக இருந்தார்கள். மர்வா மெல்ல மெல்ல சிறிய பொறுப்பு களை தன் கையில் எடுத்துக்கொண்டாள்.

அம்மாவையும் அமனையும் அவள் சமாதானப்படுத்தினாள். அலியுடைய பிசினெஸைக் குடும்ப சொந்தங்கள் ஏற்றுக் கொண்டார்கள். அவர்கள் சொல்வதைக் கேட்டே வாழவேண்டிய நிலை ஏற்பட்டது. அலியுடைய, பாத்திமாவுடைய சகோதரர்கள் காரியங்களைப் பார்த்துக்கொண்டார்கள் என்றாலும் அவர்களுக்கு நடுவில் விவாதம், பழி போடுவது எல்லாம் வழக்கமாக மாறிவிட்டன.

அவர்கள்பேசுவதைக்கேட்டுமர்வாபலநேரங்களில்மனரீதியாக வேதனைப்பட்டாள். சொந்தங்களுடைய நல்லது கெட்டதுகளை அந்த சின்ன வயதிலேயே அவள் புரிந்துகொள்ள ஆரம்பித்தாள். அதுவரை தெரியாமல் இருந்த சுயநல சொந்தங்களுடைய முகமூடிகள் அப்போது கழன்றுபோய்விட்டன. சிரித்துக்கொண்டே கழுத்தை அறுப்பவர்களை அவள் புரிந்துகொண்டாள்.

பாத்திமா மனநோயாளி மாதிரி எதையும் கண்டு கொள்ளாதவளாக இருந்தாள். சொந்தக்காரர்களுக்கு நடுவில் சண்டை சச்சரவுகள் வழக்கமானபோது கடைசியாக இரண்டு ஹோட்டல்களையும் விற்றார்கள். பட்டப்படிப்பு முடிந்தவுடன் மர்வாவுடைய கல்யாணப் பேச்சுவார்த்தைகள் தொடங்கின. அம்மாவையும் அமனையும் விட்டுப் பிரிய அவளுடைய மனது அவளை அனுமதிக்கவில்லை.

முதுகலைப் பட்டப்படிப்பு முடியும்வரை அவள் தாக்குப் பிடித்து நின்றாள். அதற்குள் பாத்திமா பழைய நிலைமைக்கு வந்திருந்தாள். அம்மாவுடைய சந்தோஷத்துக்காக அவள் கல்யாணத்துக்கு ஒப்புக்கொண்டாள். அம்மாவையும் அமனையும் விட்டுப் பிரிய மனமில்லாமல் கல்யாணத்துக்குப் பிறகு வெளிநாட்டுக்குப் போனாள்.

சமரை கல்யாணம் செய்துகொண்டது அவளுடைய பொறுப்புகளின் கனத்தைக் குறைத்தது. அமனுடைய படிப்பு முடிந்தவுடன் சில வருடங்களுக்குப் பிறகு அவனுக்கு சமர் வேலை பார்த்த கம்பெனியிலேயே வேலை வாங்கிக்கொடுத்தாள். அவள் வாழ்வதைக் காட்டிலும் அமன் நன்றாக வாழவேண்டும் என்று ஆசைப்பட்டாள். அதுதான் அம்மாவுக்கும் சந்தோஷத்தைக் கொடுக்கும்.

அமனுடைய கல்யாணத்துக்குப் பிறகு அவனுடைய மனைவி பராயையும் பாத்திமாவையும் அவள் வெளிநாட்டுக்குக் கூட்டிக்கொண்டு வந்தாள். மூன்று நான்கு வருடங்களுக்கு ஒரு

தடவை மட்டுமே அவர்கள் இந்தியா வந்தார்கள். அப்பா இல்லாத ஊர் மர்வாவுக்குப் பிடிக்கவில்லை. ஆனால் அமன் அப்பா மாதிரி ஊரில் ஹோட்டல் ஆரம்பிக்கவேண்டும் என்று நடுநடுவில் சொல்லிக்கொண்டிருந்தான்.

பாத்திமாவும் மர்வாவும் அவனை முடிந்தவரை தடுக்கப் பார்த்தார்கள். ஆனால் அவன் அவர்களுக்குத் தெரியாமல் அதற்கான திட்டங்களோடு முன்னோக்கிப் போனான். மூன்று வருடம் முன்பு அமன் வேலையை விட்டுவிட்டு ஊருக்குப் போக முடிவுசெய்தான். அதோடு வாழ்க்கையின் தாளம் மறுபடியும் தப்புத்தாளமாக ஆரம்பித்தது.

★★ ★★ ★★

14

❝நாம் அனுபவிக்காத வாழ்க்கை எல்லாம் நமக்கு வெறும் கட்டுக்கதைகள் மட்டுமே❞

– பெஞ்சமி.

ரயில்வே ஸ்டேஷனில் இருந்து மர்வா நேராக சிட்டி ஆஸ்பத்திரிக்குதான் போனாள். அமனை அங்கேதான் சேர்த்திருப்பதாக பாத்திமா சொல்லியிருந்தாள். ஐசியூவில்தான் அவன் வைக்கப்பட்டிருந்தான். பாத்திமாவும் அமனுடைய மனைவி ஃபராயும் அழுது அழுது சிவந்துபோன கண்களுடன் சோபாவில் இருந்தார்கள். அவள் அவர்களுக்குப் பக்கத்தில் போனாள். அவளைப் பார்த்ததும் இரண்டு பேரும் வாய்விட்டு அலறி அழுதார்கள். அவள் இரண்டு பேரையும் சேர்த்துப் பிடித்து ஆறுதல் சொன்னாள்.

கொஞ்சதூரத்தில் அமனுடைய நண்பர்களும், சொந்தக்காரர்களும் நின்றுகொண்டிருந்தார்கள். என்ன நடந்தது என்பதைத் தெரிந்துகொள்ள அவள் ஃப்ராயிடம் கேட்டாள். அமனும் ஃப்ராயும் பழகும்விதத்தில் பல பிரச்சனைகள் இருந்தன. கணவன் மனைவி என்பதற்கு அப்பால் நண்பர்கள் போல எல்லாவற்றையும் மனம்விட்டுப் பேசும் வழக்கம் அவர்களுக்கு இல்லை. ஒரே பெண் சியா அப்படியில்லை. அவள் பிறந்தபோதுதான் அவர்களுக்கு நடுவில் தூரம் குறைந்தது.

குடும்பப் பிரச்சனைகள் தீர்ந்து சமாதானத்தோடு வாழ ஆரம்பிக்கும்போதுதான் எல்லாம் மாறிப்போனது. ஃப்ராயிடம் விவரங்களைக் கேட்பதற்காக ஒரு மூலைக்குக் கூட்டிக்கொண்டு போனாள். "ஃப்ரா.. அழாத. என்ன நடந்துச்சு? எப்ப நடந்துச்சு?." "காலையில பிசினெஸுக்காக வெளியில போனாரு. மூனு மணி நேரம் கழிச்சு திரும்ப வந்தாரு. அப்புறம் நினைவு இல்லாம கிடக்கற அமனை அம்மாதான் பாத்தாங்க.." "வீட்டுக்கு வந்ததுக்கு

அப்புறம் உங்ககிட்ட ஒன்னும் பேசலயா? வந்ததயும் ரூம்ல படுத்திருக்கறதயும் நீங்க யாரும் பாக்கலயா?."

"அம்மா அவரு கிட்ட என்னமோ கேட்டுகிட்டு இருந்தாங்க. அம்மாவோட அழுக சத்தம் கேட்டுதான் ஓடிவந்தேன்." "அமனை ஆஸ்பத்திரிக்குக் கூட்டிகிட்டு வந்தது யாரு?." "அமனோட நண்பரோட நம்பருக்கு அப்பவே கூப்பிட்டேன். அரை மணி நேரத்துல அவுங்க வந்தாங்க. ஹாஸ்பிட்டலுக்குக் கூட்டிகிட்டு போனாங்க. பின்னாலயே ஒரு டாக்சியில நாங்களும் வந்தோம்." "வந்ததுக்கு அப்புறம் அமனைப் பாக்கலயா? டாக்டர்கிட்ட விவரம் கேக்கலயா?."

"பாக்க முடியல. அவர இங்கக் கூட்டிகிட்டு வந்தவங்கதான் அவரப் பாத்தாங்க. அவுங்ககிட்டதான் டாக்டர் விவரங்கள சொல்லியிருக்காரு." பாத்திமா அழுகைக்கு நடுவிலும் பிரார்த்தனையில் மூழ்கியிருந்தாள். கூடுதல் விவரங்களைத் தெரிந்துகொள்ள அவள் ஐசியுவுக்கு முன்னால் டாக்டர் கூப்பிடுவதற்காகப் பொறுமையோடு காத்துக்கொண்டிருந்தாள்.

ஃப்ராயையும் பாத்திமாவையும் வீட்டுக்கு அனுப்பி வைப்பதுதான் நல்லது என்று அவளுக்குத் தோன்றியது. ரமலான் மாதமானதால் எதுவும் சாப்பிடாமல் அவர்கள் சோர்வோடு இருந்தார்கள். இரண்டு பேரும் போக ஒத்துக்கொள்ளவில்லை என்றாலும் அப்புறம் அரைமனதுடன் ஒத்துக்கொண்டார்கள். வெகுநேரம் காத்திருந்த பிறகு டாக்டர் கூப்பிட்டார்.

விதும்பிய மனதுடன் டாக்டருக்கு முன்னால் இருந்தாள். "நீங்க யாரு?." "அக்கா." நண்பருங்க கிட்டதான் விவரங்கள எல்லாத்தயும் முதல்ல சொன்னோம். அப்ப சொந்தக்காரங்க யாரும் இல்ல. அவரோட மனைவி எங்க?." "அவுங்கள வீட்டுக்குப் போகச்சொல்லிட்டேன். மனசாலயும் உடம்பாலயும் அவுங்க ரெண்டு பேரும் ரொம்ப சோர்ந்து போயிருக்காங்க." "சில விஷயங்க சீரியஸ். அவரோட மனைவிக்கும் இதெல்லாம் தெரிஞ்சிருக்கணும்."

"நீங்க சொல்லுங்க டாக்டர். நான் அவுங்ககிட்ட சொல்லிடறேன். அவுங்க மனசால ரொம்ப தளந்து போயிருக்காங்க." "அமனோட உடம்புல விஷம் கலந்திருக்கு." மர்வா ஒரு நிமிடம் ஷாக் அடித்தது போல அசைவில்லாமல் இருந்தாள். தொண்டை வறண்டது. நாக்கில் இருந்து வார்த்தைகள் வரவில்லை. பயந்துபோன கண்களோடு டாக்டரை இமைக்காமல் பார்த்தாள்.

“மேடம். டென்ஷன் ஆகாதீங்க. அவர இங்க கூட்டிக்கிட்டு வந்தப்ப மாரடைப்போட சிம்ப்டம்ஸ் இருந்துச்சு. விஷம் கலந்த இரத்தத்த இதயம் பம்ப் செய்யறதப் பட்டுன்னு நிறுத்தறப்ப மூளைக்கு ஆக்சிஜன் கிடைக்காமப் போயிடும். வெட்டிரிகுலார் பைஃப்ரிலேஷங்கற உயிருக்கு ஆபத்தான அசாதாரணமான இதயத்துடிப்புதான் மாரடைப்பு வர சாதாரணமா காரணமா இருக்கு.

ஹைபோஸ்கியாவாலதான் இப்படி நடந்திருக்குது. இருபது நிமிஷத்துக்கும் கூடுதலா மூளைக்கு ஆக்சிஜன் இல்லாமப் போயிருக்கு. கூட்டிக்கிட்டு வந்தவுடனேயே நாங்க சிபிஆர் தந்தோம். அப்புறம் டிபைபிரிலேஷன் செஞ்சோம். ஆனா.. பிரெயின் டேமேஜ் ஆகியிருக்கு. நாப்பத்து எட்டு மணி நேரம் காத்திருக்கணும்.”

“டாக்டர். உடம்புல எப்படி விஷம் கலந்துச்சு? கூட்டிகிட்டு வந்தவங்க எதயும் சொல்லலயா? அமனுக்கு உண்மையில என்ன ஆச்சு?.” அவளுடைய கண்ணீர் வற்றி வறண்டு போயிருந்தது. வாழ்க்கை தன்னை எங்கே கூட்டிக்கொண்டு போகிறது என்பது தெரியாமல் அவள் தளர்ந்து போயிருந்தாள். “ரொம்ப குறைவாத்தான் உடம்புல விஷம் கலந்திருக்குது. இதனால சாகமாட்டாங்க. ஆனா.. பேஷண்ட் எந்த விதத்திலயாச்சும் ரெஸ்பான்ஸ் செஞ்சாதான் நாம மேலெ எதயும் செய்யமுடியும்.”

“எது வேணும்னாலும் செய்யலாம் டாக்டர். அமன் திரும்ப வரணும்.” “நாங்க செய்யக்கூடிய எல்லாத்தயும் செஞ்சுகிட்டுதான் இருக்கோம். வேற எந்த சூப்பர் ஸ்பெஷாலிட்டி ஆஸ்பத்திரிக்குக் கூட்டிகிட்டுப் போனாலும் இததான் அவுங்களும் செய்வாங்க. இனிம நடக்கறத கடவுள் மேல பாரத்தப் பொட்டுட்டுக் காத்துகிட்டு இருப்போம். ஆனா ஒரு விஷயம் ரொம்ப முக்கியம். பாய்ஸன் கேஸுங்கறதுனால நாங்க போலீஸ் கிட்ட தகவல் கொடுக்கணும். அப்புறம் அது ஒரு பிரச்சனையா மாறினா நாங்க குழம்பிப் போயிடுவோம்.”

“நீங்க தகவல் கொடுங்க டாக்டர். அமனோட உயிரு திரும்பக் கிடைச்சா போதும்.” “உயிரக் காப்பாத்த முடிஞ்சாக்கூட பழைய மாதிரி ஆக்கமுடியாது. பொறுமையா எல்லாத்தயும் சந்திக்கணும். அதுக்கு மனசால நீங்க தயாராகணும்.”

★★ ★★ ★★

எல்லாவற்றையும் இழந்தது போல மர்வா நிறைய நேரம் டாக்டருடைய ரூமில் இருந்தாள். கொஞ்ச நேரமான பிறகு நிதானமாக வெளியில் வந்தாள். அது ரமலான் மாதம் என்பதையும் மறந்துபோனாள். நோன்பு திறந்துவிட்டது என்று கூட அவளால் நினைத்துப் பார்க்கமுடியவில்லை.

வாழ்க்கையின் பிரச்சனைகளை எப்படி சந்திப்பது என்று தெரியாமல் தனிமையில் இருந்தாள். அம்மாவிடமும் ஃப்ராயிடமும் இந்த விஷயங்களை எப்படி சொல்லுவாள்? அமனுக்கு என்ன ஆச்சு? பிசினெசைப் பற்றி பல சமயங்களிலும் விசாரிக்கப் போகும்போது அவன் பல நேரங்களிலும் ஓடி ஒளிந்துகொள்வான். அம்மாவிடம் இருக்கிறாள் என்று தெரிந்தால் அந்தப் பக்கமே வரமாட்டான்.

நேருக்கு நேராகப் பார்க்கப் பயந்துகொண்டிருந்தான் என்று பல சமயங்களிலும் தோன்றியதுண்டு. பலவற்றையும் மறைத்துவைக்கும் சுபாவம் அவனுக்கு சின்ன வயதில் இருந்தே இருந்தது. ஏதாவதுஒரு வழியில் அவனுடைய பிரச்சனைகளைப் புரிந்துகொண்டு அதையெல்லாம் தீர்த்து வைக்கவேண்டும் என்று நினைத்துக்கொண்டிருந்தாள். வர்மா சாரை தேடிப்போன நெருக்கடியில் அவனைப் பற்றிய காரியங்களைக் கொஞ்ச நாளைக்குத் தள்ளிப்போட்டாள்.

அதெல்லாம் வரப்போவதை முன்கூட்டியே சொல்லும் அறிகுறிகளாக இருந்தது என்று மர்வாவுக்கு ஒரு மின்னல் போல தோன்றியது. வழி தெரியாமல் பயணிக்கும் வாழ்க்கைப் பயணத்தில் எதிர்கொள்ளவேண்டிய பிரச்சனைகளை எல்லாம் தடுக்க முடியாமல் ஏற்றுக்கொண்டு மறுபடியும் மறுபடியும் வேதனைகளின் சுமையை மேலும் மேலும் கூடுதலாக சுமந்துகொண்டு பல நூறாண்டுகளாகப் பின்தொடரும் மர்மங்களை அடையாளம் காணமுடியாத பயணிதான், தான் என்று அவளுக்குத் தோன்றியது.

மர்வா என்ற பெயரின் அர்த்தமே கல். அப்பா சொல்வது போல மென்மையான பாறை.. புண்ணிய பூமியில் ஸஃப்பா மலைகளில் மர்வா மலைகளில் ஒன்றுடைய பெயர்தான் மர்வா. எந்த சூழ்நிலையிலும் மலை மாதிரி உறுதியான மனதோடு இருந்தாலே சரிப்படும். அனுமதிக்கப்பட்ட ஓய்வுகாலம் முடிவுக்கு வந்திருந்தது. “அப்பா மாதிரியே அமனும் எங்கிட்டயே எல்லாத்தயும் ஒப்படைச்சுட்டுப் போயிடுவானா? அப்பா சாகறப்ப அம்மாவுக்கும் எனக்கும் துணையா இருப்பான்னு நினைச்சேன்.

குடும்பமா போனாலும் உடன் பிறப்புகள் பலம்தான்."

"தூரத்துல இருந்தாலும் ஞாபகப்படுத்தி ஆறுதல் தர்ற ஒரு நிழல்." ஆஸ்பத்திரி கூட்டத்தில் அவள் தனிமைப்பட்டுப் போனாள். சொந்தக்காரர்களில் யார் யாரோ வந்து விசாரித்துவிட்டுப் போனார்கள். மனிதர்கள் வீடுகளைவிட ஆஸ்பத்திரிகளில்தான் அதிக நேரம் செலவழிக்கிறார்கள் என்று தோன்றும் அளவுக்கு கூட்டம் அலைமோதியது. மனிதன் சம்பாதிப்பதில் பெரும்பாலானதையும் உயிரைக் காப்பாற்றிக் கொள்வதற்காகவே செலவழிக்கிறான்.

எதற்காக இப்படி உயிருக்காக அலைகிறார்கள்? ஆனால் சொந்த உயிரைவிட அதிகமாக நேசிப்பவரை மரணத்துக்கு விட்டுக்கொடுக்க யாராவது ஒத்துக்கொள்வார்களா? ஒருபோதும் இல்லை. உயிரைக் காப்பாற்றக் கடைசிவரைப் போராடுவார்கள். திரும்பித் தரவேண்டும் என்று மனமுருகித் தெய்வங்களோடு பிரார்த்திப்பார்கள்.

பிரார்த்தனைகளை நேர்த்திக் கடன்களைச் செய்வார்கள். சர்ச்சுகளில் மெழுகுவர்த்திகளை ஏற்றிவைத்து எல்லா வேண்டுதல்களையும் செய்வார்கள். கோயில்களுக்குப் போய் வேண்டிக் கொள்வார்கள். ஒரே ஒரு தெய்வத்திடம் பல வழிகளில் பிராத்தனை செய்துகொண்டிருப்பார்கள். அது மாதிரி அவளும் மிகவும் ப்ரியப்பட்ட உயிர் திரும்பக் கிடைக்க வேண்டும் என்ற காத்திருப்பில் இருந்தாள்.

மர்வா சிந்தனைகளின் மூலம் மனதுடைய சுமையை லேசாக்க முயற்சி செய்துகொண்டிருந்தாள். நாற்பத்தி எட்டு மணி நேரத்துக்குள் ஏதாவது அதிசயம் நடக்குமோ என்று காத்துக்கொண்டிருந்தாள். நர்சிடம் அனுமதி கேட்டு அவனுக்குப் பக்கத்தில் போய் அவன் எப்போது கண் விழித்து எழுந்திருப்பான் என்று பார்த்துக்கொண்டிருந்தாள்.

அவன் கோமாவில் இருக்கிறான் என்று அவளால் நம்ப முடியவில்லை. திடுக்கிட்டு எழுந்து வெண்டிலேட்டரை எடுத்துப் போட்டுவிட்டு ஐசி யூவில் இருந்து வேகவேகமாக வெளியில் வந்து கோபத்தோடு காரை எடுத்துக்கொண்டு போவதை வெறுமனே கற்பனை செய்து பார்த்துக்கொண்டிருந்தாள். அடக்க ஒடுக்கமாக இருப்பது அவனுக்குப் பிடிக்காது.

எப்போதும் எங்கேயாவது ஓடிக்கொண்டே இருப்பான். பயணம் செய்வதும், ருசியான சாப்பாடும்தான் அவனுக்கு ரொம்பப் பிடிக்கும். யார் கூப்பிட்டால் அவன் பட்டென்று எழுந்திருப்பான்?

அம்மாவா இல்லை ஃப்ராயா? ஆனால் இரண்டு பேருக்கும் அவனை முழுமையாகப் புரிந்துகொள்ள முடியவில்லை. அவனுடைய பலவீனமான இதயத்தை பாதுகாக்கத் தெரியவில்லை.

இதுவரை கைப்பிடித்துக் கூட நடந்துகொண்டிருந்த அவளுக்கும் அவன் கையைவிட்டுப் போனது தெரியவில்லை. பாதி ராத்திரி ஆன பிறகும் மர்வாவால் தூங்க முடியவில்லை. ராத்திரி பதினொரு மணிக்கு அப்புறம் ஐ.சி.யுவுக்கு முன்னால் யாரையும் இருக்க விடுவதில்லை. நோயாளியுடன் ஒருவர் மட்டுமே இருக்கலாம். அத்தியாவசிய நேரங்களில் ஆபத்தான நிலையில் இருப்பவருடன் கூட இரண்டு பேர் இருக்கலாம்.

ஃப்ராய்தான் இங்கே இருக்கவேண்டியது. அவளுக்குதான் அதிக உரிமை. ஆனால் தனியாக எதையும் செய்யத் தெரியாது. அம்மாவோடு எப்போதும் யாராவது கூட இருக்கவேண்டும். சியா ஊரில் இருப்பது ஆறுதலான விஷயம். வயதுக்கும் மீறிய பக்குவம் உடையவள் அமனுடைய மகள் சியா. அமனோடு ஃப்ராயை விட அவள்தான் நெருக்கமாக இருந்தாள்.

“அமனுடைய நிலைமையை அவுங்களுக்கு எப்படி எடுத்துச்சொல்றது? விஷயம் சீரியஸ்ன்னு அவுங்ககிட்ட எப்படி சொல்றது?.” தூக்கம் வராமல் அவள் வராந்தாவில் நாற்காலியில் இருந்து எழுந்து கொஞ்ச நேரம் நடந்தாள். தான் தூங்கிப் போய்விட்டால் அமனுக்கு எதாவது ஆகிவிடுமோ என்று அவள் பயப்பட்டாள். “ஐ.சி.யூவ்ல யாரு இருக்காங்க?.” தனக்குப் பக்கத்தில் உட்கார்ந்திருந்த பெண்ணை அப்போதுதான் அவள் கவனித்தாள். “தம்பி.” நிராசையுடன் அவர்களைப் பார்த்து சிரித்தாள்.

அவர்களுடைய நெருக்கமான சொந்தக்காரர் பக்கவாதம் வந்து அட்மிட் ஆகியிருக்கிறார். கூட துணைக்கு ஒரு ஆண் பையன் இருந்தான். அவன் மர்வாவைப் பார்த்து சோர்வுடன் ஒரு புன்முறுவல் செய்தான். கொஞ்ச நேரம் அவர்களோடு பேசிக்கொண்டிருந்தாள். பொழுது விடிந்ததே தெரியாமல் இருந்தாள். ரமலான் மாதம் பாதி கடந்து போய்விட்டது. பசியையும் தாகத்தையும் அவள் மறந்துபோனாள்.

டாக்டருடைய வார்த்தைகள் கூர்மையான அம்பு போல அவ்வப்போது இதயத்தை குத்திக் கிழித்துக்கொண்டிருந்தது. “அமனோட மொபைல் போன் யாருகிட்ட இருக்கு? எல்லாத்தயும் விசாரிக்கணும். இப்படி ஒரு நிலைமைக்கு அவன் ஆளானது

எப்படின்னு தெரிஞ்சுக்கிட்டே ஆகணும்." காலையில் ஃப்ராய் வந்தாள். அம்மாவோடு இருக்க வேறு ஒரு சொந்தக்காரரை ஏற்பாடு செய்துவிட்டு வந்திருந்தாள். அமனுடைய மொபைல் போன் யாரிடம் இருக்கிறது என்று அவளுக்குத் தெரியவில்லை.

சியாவிடம் சொல்லி அது எங்கே இருக்கிறது என்று தேடி எடுத்துப் பத்திரமாக வைத்திருக்கச் சொல்லவேண்ண்டும். அதில் இருந்து ஏதாவது தகவல் கிடைக்கலாம். அப்படிதான் அவள் நம்பினாள். முதலில் அவனுடைய நிலைமை சரியாகட்டும். அப்புறம் இதைப்பற்றி எல்லாம் விசாரித்துக்கொள்ளலாம். பதினோனொரு மணியாகும்போது டாக்டர் அமனுடைய நிலைமையைப் பற்றி சொல்லக் கூப்பிடுவார். அதற்கு முன்னால் ரூமுக்குப் போய் குளித்து சுத்தமான பிறகு டாக்டருடைய ரூமுக்கு ஃப்ராயையும் கூட அழைத்துக்கொண்டு போனாள்.

சகோதரி, சகோதரன் சொந்தத்தைவிடச் சமுதாயம் கணவன் மனைவி சொந்தத்துக்குதான் அதிகம் மதிப்புக் கொடுக்கிறது. அதனால்தான் ஆஸ்பத்திரியில் ஃப்ராய் இருக்கவேண்டும் என்று அவள் நினைத்தாள். திறமையோ திறமையில்லாததோ இங்கே முக்கியம் இல்லை. மனைவி என்கிற பதவிதான் முக்கியம். அவள் ஃப்ராயை டாக்டரிடம் அறிமுகப்படுத்தி வைத்தாள். அவர்கள் இரண்டு பேரும் ஒருவருக்கொருவர் எதிரெதிரில் உட்காந்து கொண்டார்கள். மூன்று நான்கு டாக்டர்கள் அவர்களோடு பேச ஆரம்பித்தார்கள்.

"அமன் இதுவரை ரெஸ்பான்ஸ் செய்யல. இருபத்தி நாலு மணி நேரம் ஆயிடுச்சு. வெண்டிலேட்டரோட உதவியாலதான் இப்ப உயிரோட இருக்காரு." "டாக்டர். வெண்டிலேட்டரோட உதவியில்லாம அமனுக்கு எப்ப மூச்சு விடமுடியும்? என்ன செய்யலாம்? எந்த ஒரு நிலையிலயும் உயிரோடு அமன் கிடைச்சா போதும்." "நாற்பத்தி எட்டு மணி நேரத்துக்குள்ள ஏதாவது மாற்றம் ஏற்படுதான்னு பாக்கலாம்.

வெண்டிலேட்டர மாத்தி ப்ரக்யூஸ்ட்டமி செய்யணும்னா எழுபத்தி ரெண்டு மணிநேரமாகணும். நாம எம்.ஆர்.ஐய நாளைக்கு எடுக்கலாம். எந்த அளவுக்கு மூளை பாதிக்கப்பட்டிருக்குன்னு அது மூலமாத் தெரிஞ்சுக்கலாம். ஏதாச்சும் சந்தேகம் கேக்கணும்னா கேளுங்க."

அவர் பேச்சை நிறுத்திவிட்டு இரண்டு பேரையும் மாறி மாறிப் பார்த்தார். ஃப்ராய் அழுகையோடு மர்வாவுடைய தோளில் சாய்ந்தாள். அழுது அழுது மர்வாவுடைய கண்களில் கண்ணீர்

வற்றிப் போயிருந்தது. ஃப்ராய் தளர்ந்து போயிருந்தாள். அவளால் இதையெல்லாம் தாங்கமுடியாது எனு மர்வாவுக்குத் தெரியும்.

அதனால்தான் நேற்று வீட்டுக்குப் போகச்சொல்லி அனுப்பிவிட்டாள். ஆனால் சமுதாயம் அப்படியில்லையே? பல கதைகளையும் அவரவர்கள் விருப்பம் போலக் கட்டிவிடுவார்கள். ஃப்ராயை வெளியில் இருந்து பார்ப்பவர்களுக்கு நல்ல சுபாவம் என்றே தோன்றும். அமனோடயும் அம்மாவோடும்தான் அவள் எப்போதும் எல்லை மீறிப் பேசுவாள். அதுவும் அவளுடைய வீட்டுக்காரர்கள் அமனை விமரிசனம் செய்யும்போது அவர்கள் பக்கம் சேர்ந்துகொண்டு அவளும் பேசுவாள்.

அமன் அடிக்கடி அவளிடம் பேசும்போது சொன்னது ஞாபகம் வந்தது. “அக்கா. அவளுக்கு நானும் அம்மாவும் இப்பவும் அந்நியருங்கதான். வருஷம் எத்தனையோ ஆயிடுச்சு. ஆனா இப்பவும் அவ என்னையும் அம்மாவையும் நம்ம வீட்டையும் அங்கீகரிக்கல.” “பரவாயில்ல அமன். கல்யாண வாழ்க்கையில பொருத்தக்கேடுங்க சர்வ சாதாரணம். உங்க ரெண்டு பேருக்கும் பக்குவம் இல்லாததுதான் விஷயங்களை இன்னும் மோசமா ஆக்குது. குழப்பம் எல்லாம் வருது. அம்மாவ இதுக்கு மேலயும் வருத்தப்பட வைக்காத.”

“யாருகிட்ட சொல்றது அவளோட இங்கிதம் இல்லாத செயல்களப் பத்தி? சியாவ நினைச்சுதான் எல்லாத்தயும் பொறுத் துக்கறேன்.” எப்போதும் இந்த வார்த்தைகளை சொல்லிதான் அவன் பேச்சை நிறுத்துவான். ஃப்ராயை ரூமில் இருக்கச் சொல்லிவிட்டு மர்வா ஐ.சி.யூ. முன்னால் இருந்தாள். நாற்பத்தி எட்டு மணி நேரத்துக்குள் ஏதாவது அதிசயம் நடக்கும் எண்று நம்பினாள்.

“நோன்பு திறந்துடுச்சே.” அந்தப் பேச்சைக்கேட்டு அவள் அவரைப் பார்த்தாள். நேற்று ராத்திரி தன்னோடு இருந்தவர்கள். அம்மாவும் மகனும். “நேரமாயிடுச்சா? தெரியவேயில்ல.” “கேன்ட்டீன்ல இடம் ஒதுக்கி வச்சிருக்காங்க. வேகமாப் போங்க. நேரமாக நேரமாக அப்புறம் எல்லாம் தீந்து போய்டும். நல்ல கூட்டம் இருக்கு.” மர்வா அவர்களை அன்புடன் பார்த்தாள்.

“எத்தனை நல்ல மனுஷங்க! முஸ்லீம்ங்க இல்ல. ஆனாலும் அடுத்தவங்களோட நம்பிக்கைங்கள மதிக்கறாங்க. மதத்தோட பேர்ல பாகுபாடு காட்டாத இந்தியாவோட வேற்றுமையில ஒற்றுமைங்கறது இதுதான். நேத்து ஒரே ராத்திரியில துணையா இருந்தாங்க. வேதனைங்கற புயல்ல தடுமாறிப் போறப்ப கூடவே இருந்து ஆறுதல் சொன்னதை எல்லாம் எப்படி மறக்கமுடியும்?.”

மர்வா கேண்ட்டீனை நோக்கி நடந்தாள். பசியும் தாகமும் இல்லை. ஃப்ராய் ரூமில் இருக்கிறாள். அவள் சாப்பிட ஏதாவது வாங்கிக்கொண்டு போகவேண்டும். ராத்திரி எட்டு மணியாகும்போது அமனைப் பார்க்க நர்ஸ் கூப்பிடுவார். சாப்பிட்டு முடித்துவிட்டு ஐ.சி.யூவுக்குள் போனாள். பக்கத்தில் இருந்து கண்களை இமைக்காமல் அவனையே பார்த்துக்கொண்டிருந்தாள்.

கைகளைக் கெட்டியாகப் பிடித்துக்கொண்டு நெற்றியை வருடிவிட்டாள். சிறிதுநேரம் அவனோடு கொஞ்சிக் கொண்டிருந்தாள். எப்போது ரெஸ்பான்ஸ் செய்வான் என்று சொல்ல முடியாது. சில சத்தங்களைக் கேட்கும்போது சட்டென்று நினைவு திரும்பினாலும் திரும்பிவிடும். நேரமானபோது கன்னத்தில் முத்தம் கொடுத்து கிளம்ப எழுந்திருந்தாள். அப்போதுதான் நர்ஸைக் கவனித்தாள். அவர் மர்வாவையே பார்த்துக்கொண்டிருந்தார்.

வேதனையுடைய ஆழத்தைப் புரிந்துகொண்டது போல கேட்டார். "மனைவியா?." "இல்ல. அவனோட அக்கா." ஏதாச்சும் இம்ப்ரூவ்மெண்ட் இருக்கா சிஸ்டர்?." கடவுள் கிட்ட மனசுருகிப் பிராத்தனை செய்யுங்க. எல்லாம் சரியாயிடும்." "இருந்தாலும் இந்த மாதிரி இருக்கறவங்க திரும்ப எழுந்திர்ச்சுடுவாங்களா? காத்திருக்கறதுக்கும் பிராத்தனை செய்யறதுக்கும் பலன் இருக்குமா?." "அற்புதம் நடக்கும்னு நாம உறுதியா நம்புவோம். மனசை அமைதியா வச்சுகிட்டுக் கூட இருக்கறவங்களுக்குத் தைரியம் கொடுங்க." அவருடைய வார்த்தைகள் ஆறுதல் தந்தது.

என்றாலும் ஒவ்வொரு நிமிடமும் ஒரு யுகமாகக் கடந்துபோனது. நாற்பத்தி எட்டு மணி நேரத்தில் அமனுக்கு ஒரு மாற்றமும் ஏற்படவில்லை. எம்.ஆர்.ஐ செய்தபோது மூளை மிக மோசமாக சேதமடைந்திருக்கிறது என்று தெரிந்தது. உயிராவது திரும்பக் கிடைக்கவேண்டும். அதற்காக எந்த அளவுக்கு வேண்டுமானாலும் போகலாம். பில் தொகை அதிகமாகிக்கொண்டே போவது அவளைக் கவலைப்படுத்தவில்லை. ஆனால் ஃப்ராய் வீட்டுக்காரர்கள் எதிர்ப்பு தெரிவிக்க ஆரம்பித்தார்கள்.

பண நஷ்டத்தை விட உயிர்ப்பிணமாக வரும் அவனைப் பற்றி நினைத்து அவர்கள் பயப்பட்டார்கள். ஃப்ராய் என்னும் மனைவியோட கஷ்டங்களைப் பற்றிதான் கவலைப்பட்டார்கள். ஆனால் ஒரே தாயின் வயிற்றில் பிறந்த அமனை விட்டுக்கொடுக்க மர்வா தயாராக இல்லை. ஃப்ராய் என்ன நினைக்கிறாள் என்பதை தெரிந்துகொள்ள சிந்தனையில் மூழ்கியிருந்த அவளுக்கு அருகில் போனாள்.

"ஃப்ரா.. உங்கூட நான் கொஞ்சம் பேசணும்." அவள் முகத்தை நிமிர்த்திப் பக்கத்தில் நின்று கொண்டிருந்த மர்வாவை கவலையோடு பார்த்தாள். எதையும் மறைத்துப் பேசுபவள் மர்வா இல்லை என்பது அவளுக்கு நன்றாகத் தெரியும். யார் எதை சொன்னாலும் நேராகப் பேசி உண்மையைத் தெரிந்துகொள்ளும் சுபாவம் உடையவள் மர்வா என்று அவளுக்குத் தெரியும். இரண்டு பேரும் ஆள் நடமாட்டம் இல்லாத பகுதிக்குப் போனார்கள்.

"உங்க வீட்டுக்காரங்க அமனோட ட்ரீட்மெண்ட்ட நிறுத்தச்சொல்றதா டாக்டர் எங்கிட்ட சொன்னார். இதுக்கெல்லாம் உனக்கு சம்மதமா?." அவள் அந்தக் கேள்விக்குப் பதில் சொல்லாமல் மௌனமாக இருந்தாள். "எதயும் மனசு திறந்து சொல்றதுக்கு நம்ம குடும்பத்தில முழுச் சுதந்திரம் உண்டு. எந்தப் பக்கமும் பேசாம மனசு சொல்றத சொல்லு. உன்னை அம்மா எப்பவுமே மருமகளாப் பாத்தது இல்ல. எனக்கும் மேலதான் அவரோட மனசுல உனக்கு இடம் கொடுத்திருக்காங்க. அதனால பதில் சொல்லித்தான் ஆகணும்."

சகோதரியுடைய தீர்மானங்களை வார்த்தைகளை விட சமுதாயம் பெரிதாக நினைப்பது மனைவியுடைய வார்த்தைகளையும் தீர்மானங்களையும்தான். "அவரு எனக்குத் திரும்பக் கிடைக்கணும். ஆனா.. எங்க வீட்டுக்காரங்க அவரு உயிர்ப்பிணமாதான் நமக்குக் கிடைப்பாருன்னு சொல்றாங்க. அப்படி யாருக்கும் ஒரு பாரமா இல்லாம அவர சாக அனுமதிக்கணும்னு அவுங்க சொல்றாங்க. இல்லாட்டா அது அந்த உயிரோடயும் அவரு வாழ்ந்த வாழ்க்கைக்கும் செய்யற துரோகம்னு சொல்றாங்க."

"அவுங்க எத வேணும்னாலும் சொல்லட்டும். நீ என்ன நினைக்கறன்னு சொல்லு." "அவுங்க சொல்றததானே என்னால கேக்கமுடியும்? அவுங்கதானே இனிம எனக்குத் துணை." "இந்த மாதிரி ஒரு நிலைமை உனக்கு வந்திருந்தா அவுங்க இப்படி சொல்லுவாங்களா?. சில சமயம் சொல்லுவாங்களா இருக்கும். ஆனா அமனை விட்டுக்கொடுக்க நான் தயாரா இல்ல. அம்மாவும் இததான் சொல்றாங்க. அவனோட அன்பையும் அக்கறையையும் இந்த ஜென்மத்துல உன்னாலப் புரிஞ்சுக்கமுடியல."

சொல்லிவிட்டு மர்வா வேகமாகத் திரும்பி நடந்தாள். சில சமயங்களில் அவன் கதறி அழுதது ஞாபகத்துக்கு வந்தது. "அக்கா. அவளுக்கு எப்பவும் அவுங்க வீட்டுக்காரங்களோட வார்த்தைங்கதான் முக்கியம். அவ அம்மாவையும் என்னையும் கவனிக்கறதே கிடையாது." அம்மா அவளுடைய இந்த முடிவை

கேட்டால் எவ்வளவு வேதனைப்படுவார்? அவளைக் குற்றம் சொல்லிப் பயனில்லை. எல்லோருக்கும் ஒரே மாதிரியாகவா கடவுள் மனதைப் படைச்சிருக்கிறார்?

தேவியும் ஃப்ராயும் ஒரே அச்சில் வார்த்த இரண்டு உருவங்கள். மர்வா வீட்டுச் சொந்தக்காரர்கள் ஃப்ராயுடையச் சொந்தக்காரர்கள் சொன்னதை அப்படியே ஏற்றுக்கொண்டு மர்வாவிடம் வந்தார்கள். அவர்களுடன் பெரும் யுத்தம் செய்து ஒற்றையாள் போராட்டமாக அவனுக்குக் காவலாக அவள் இருந்தால். விதி மீது பழி சுமத்தாமல் உயிருக்காகப் போராடினாள். சோதனைக் காலத்துச் சோதனைகளைத் தாங்கமுடியாமல் மர்வாவுடைய மனது வெந்துருகியது. மிச்சம் இருக்கும் அவனுடைய உயிரைக் காப்பாற்ற நெஞ்சுருகி பிரார்த்தித்தாள்.

ஆனால் நம்பிக்கையின் துளிகள் நாளாக நாளாக வற்றி வறண்டு போனது. என்றாலும் நம்பிக்கையை கைவிடாமல் ஐ.சி.யு முன்னால் தவம் இருந்தாள். உடம்பில் தொற்று ஏற்பட்டது. சிறுநீர் போகமுடியாமல் சிறுநீரகமும் மோசமாகப் பாதிக்கப்பட்டது. டையாலிசிஸ் செய்தபிறகும் பெரிய மாற்றங்கள் எதுவும் ஏற்படவில்லை.

உயிரைக் கொடுக்க முடிந்தால் எவ்வளவு நன்றாக இருக்கும் என்று அவள் யோசித்தாள். சொந்தங்கள் பழி சொல்ல ஆரம்பித்தார்கள். சிகிச்சை செய்து அவனை மேலும் மேலும் துன்புறுத்துவதாக அவர்கள் குற்றம் சுமத்தினார்கள். எல்லா சிகிச்சையையும் நிறுத்திவைத்துக் கருணைக்கொலை செய்ய அனுமதிக்கவேண்டும் என்று யோசனை சொன்னார்கள்.

டாக்டர்கள் சிகிச்சையைத் தொடரவோ நிறுத்தவோ சொல்லவில்லை. அவர்களுக்கு அவன் யாருமில்லையே? சாவை எதிர்பார்த்துக் காத்துக்கொண்டிருக்கும் ஒரு நோயாளி மட்டுமே அவன். கோடிகளுடைய வியாபாரத்திற்காக அவர்கள் ஒவ்வொரு மருந்தாக மாற்றி மாற்றி எழுதிக் கொடுத்துக் கொண்டிருந்தார்கள். கூட இருப்பவர்களுக்கு நம்பிக்கை வார்த்தை சொல்வார்கள்.

சோதனை எல்லாம் லாட்டரிசீட்டு மாதிரி. விழுந்தால் அதிர்ஷ்டம். விழாவிட்டால் துரதிர்ஷ்டம். அவ்வளவுதான். பல வித விவாதங்களும் தீர்மானங்களும் முன்னேறிச் சென்று கொண்டிருந்தன. ஆனால் பாறை மாதிரி உறுதியான மனதோடு மர்வா நின்றாள். அமன் இதையெல்லாம் பார்த்துக் கொண்டிருக் கிறான் என்று அவள் உறுதியாக நம்பினாள்.

சகிப்புத்தன்மையையும் பொறுமையையும் சோதனைக் குள்ளாக்கி கடைசி நிமிடம் அவன் கண்களைத் திறந்து மறுபடியும் உயிர் பிழைத்து எழுந்து வருவான் என்று அவள் தனக்குத்தானே நம்பிக்கையூட்டிக் கொண்டிருந்தாள். நாடித்துடிப்பு குறைந்ததோடு எல்லா நம்பிக்கைகளும் முடிவுக்கு வந்தது.

அவனுடைய கடைசி மூச்சு நிற்பதை ஒரு பைத்தியக்காரியைப் போல அவள் பார்த்துக்கொண்டிருந்தாள். மரணத்தை அவன் தழுவும்போது ஒரு குழந்தையைக் கட்டிப் பிடித்துக்கொள்வதுபோல அவள் அவனைக் கட்டிப்பிடித்துக் கதறினாள். ஒரு கனம் கூட கண் திறந்து பார்க்காமலேயே புதிர்களை மிச்சமாக வைத்து அலியுடைய உலகத்துக்கு அவன் பயணம் போய்ச்சேர்ந்தான்.

★ ★ ★ ★ ★

15

"துக்கத்தைப் போல ஒரு தூரிகை இல்லை. இரத்தத்தைப் போல ஒரு வண்ணச்சாயம் இல்லை. எனக்கு ஒரு காயம்பட்ட இதயம் இருக்கிறது அதுதான் என் ஆனந்தம்"

— மாதவி குட்டி

வாழ்க்கை மறுபடியும் அதி கடினமானச் சோதனைகள் வழியாகக் கடந்து போய்க்கொண்டிருக்கிறது. எல்லாவற்றையும் எதிர்த்து நின்று போராடி முன்னோக்கி போகாமல் முடியாது. அவளுடைய கால்கள் கொஞ்சம் இடறினால் கூடஇருப்பவர்கள் விழுந்துவிடுவார்கள். பதிமூன்று வயதில் அலியைப் பறித்த அதே விதி முப்பது வருஷங்களுக்கு அப்புறம் அமனையும் பறித்துக் கொண்டு போயிருக்கிறது. ஏறக்குறைய ஒரே வயதில் இரண்டு பேரும் சந்தேகத்திற்கு இடமானவிதத்தில் மரணம் அடைந் திருக்கிறார்கள்.

காலத்தின் மறைவில் விதி பதுங்கியிருந்து ஒரு திறமையான வேட்டைக்காரனுடைய லாவகத்தோடு வேட்டையாடுகிறது. ஒன்றும் அறியாத களங்கம் இல்லாத சில பேருடைய வாழ்க்கையை அவர்களுடைய கனவுகளை சந்தோஷங்களைத் தயவுதாட்சண்யம் இல்லாமல் எட்டி உதைத்து மிதித்திருக்கிறது. மர்வாவுடைய அதே நிலைமை சியாவுக்கும் வந்திருக்கிறது. வாழ்க்கையை இனிமேல் எப்படி கொண்டுபோவது என்று தெரியாமல் மனது மரத்துப்போனது.

அவளுடைய குடும்ப வாழ்க்கையைப் போல அதோடு சேர்ந்து அமனையும் குடும்பத்தையும் உயிரின் பாதி போல பாதுகாத்தாள். அவனுடைய கவனக்குறைவுகளை பொருட்படுத்தவில்லை. பெரிய ஆபத்தை நோக்கிதான் அவன் சென்று கொண்டிருந்தான்

என்று தெரிந்துகொள்ள தாமதமாகிவிட்டது. வாழ்க்கையின் ஏற்ற இறக்கங்களில் ஏற்படும் நெருக்கடிகளில் சுற்றிலும் நடப்பது தெரியாமல் போனது.

நின்றுபோன வாழ்க்கையின் போக்கை இனி எங்கிருந்து தொடங்குவது என்று தெரியாமல் செயலிழந்துபோனாள். யாராவது அமனைச் சதி செய்து கொன்றிருப்பார்களா? அவர்கள்தான் அவனுக்கு விஷம் கொடுத்ததா? அப்பாவைத் தள்ளிக் கொன்றுவிட்டு விழுந்துதான் செத்துப்போனார் என்று நம்பவைத்த உலகம் இது. சில வார்த்தைகள் முப்பது வருஷங்களுக்கு பிறகு இப்போதும் காதில் முழங்குகின்றன. அவள் அந்த நாளை ஞாபகப்படுத்திப் பார்த்தாள்.

அலி இறந்து இரண்டு மாதங்கள் ஆகியிருக்கும். ஒரு நாள் காலையில் பாத்திமாவைப் பார்க்க தூரத்தில் இருந்து அந்த ஆள் வந்திருந்தார். அலியுடைய வலதுகையாக இருந்தார். ஹைதர் என்பதுதான் தன்னுடைய பெயர் என்று சொன்னார். பாத்திமாவுடைய அம்மா மூன்று பேருடைய பாதுகாவலாக அந்த வீட்டில் வந்து தங்கத் தொடங்கியிருந்தார். மர்வாதான் வாசல் கதவைத் திறந்தாள்.

“அலியோட பொண்ணு மர்வாதானே?.” “ஆமாம். நீங்க யாரு?.” “என்னோட பேரு ஹைதர். அம்மாவுக்குத் தெரியும்.” “அம்மா யாரையும் இப்ப பாக்கறது இல்ல. வெளியிலேர்ந்து வர்ற யாரையும் பாக்கறது இல்ல. அப்பா செத்துப் போனதுக்கு அப்புறம் அதிகம் பேசறதும் இல்ல. அங்கிள். நீங்கப் போயிட்டு அப்புறம் வாங்க.” “இதுக்கப்புறமும் தாமதிக்கக்கூடாதுன்னு தோணினதுனாலதான் வந்தேன். உங்கப்பாவோட ஹோட்டல்ல ஆரம்பத்தில இருந்தே நான் இருந்தேன். குழந்தைங்க பத்தி அலி எப்பவும் சொல்லுவாரு.”

“அங்கிள். உக்காருங்க. நான் பாட்டியக் கூப்பிடறென்.” “வேணாம். இது உனக்கோ உங்கம்மாவுக்கோ மட்டும் தெரிஞ்சிருக்க வேண்டிய விஷயம். நான் இங்க வந்தத நீ யார் கிட்டயும் சொல்லாத. சொன்னா உங்கப்பாவ தள்ளிக் கொன்ன மாதிரி அவுஞ்க என்னையும் கொன்னுடுவாங்க. வாக்குவாதத்துல அப்பாவ யாரோ தள்ளி கொன்னாங்க. எனக்கு நிச்சயமாத் தெரியும். கேஸே இல்லாம செஞ்சிட்டாங்க. இங்க வந்து உங்ககிட்ட இந்த விஷயத்த சொல்லலைன்னா மனசுக்கு அமைதி கிடைக்காது. நீங்க ஜாக்கிரதயா இருக்கணும்.”

சொல்லிவிட்டு அவர் விடைபெற்றுக்கொண்டு போய் விட்டார். அவர் யாரையோ பார்த்துப் பயப்படுவதாக அவளுக்குத் தோன்றியது. மனதின் சுமை அதிகமானது. அவர் சொன்னதை யாரும் கேட்கவில்லை. பாட்டியும் அமனும் நன்றாகத் தூங்கிக் கொண்டிருந்தார்கள். அம்மா எதையும் பொருட்படுத்துவது இல்லை. வந்தது யாரென்று கூட கேட்கவில்லை. அம்மா பழையபடி ஆகும்போது ஹைதரைப் பற்றி கேட்கவேண்டும் என்று நினைத்திருந்தாள். ஆனால் அம்மாவுடைய மனதில் விஷம் கலக்க அவள் விரும்பவில்லை.

இதற்கு மேலும் அம்மா மனதை வேதனைப்படுத்தக்கூடாது என்று அவளுடைய பக்குவமடைந்த மனது தீர்மானித்தது. கால ஓட்டத்தில் பலதும் மங்கியும் மறைந்தும் போயின. இதற்கு அப்புறமும் இந்த மாதிரி துயரங்களைச் சந்திக்கவேண்டி நேரிடாது என்று நம்பினாள். ஆனால் விதியைத் தோற்கடிக்க நம்பிக்கையால் முடியவில்லை. வாழ்க்கையோடு இப்போது அவளுக்கு விரக்தி ஏற்பட்டிருக்கிறது.

மற்றவர்களுக்கும் பகிர்ந்து கொடுக்காமல் எதற்காக இப்படி ஒன்றுக்கு அப்புறம் இன்னொன்றாகத் துயரங்கள் வந்து பொழிகின்றன? மானசீகமாகத் தளராமல் விவேகத்தோடு முடிவுகளை எடுக்கவேண்டும். அவள் இப்போது அமனும் கூட சேர்ந்த ஒரு ஆள். நினைத்துக்கொண்டாள். அவன் தன்னிடம் மீதியாக வைத்துவிட்டுப் போனதையெல்லாம் கச்சிதமாகச் செய்து முடிக்கவேண்டும். அவனுடைய எல்லா விஷயத்திலும் கவனத்தை செலுத்தவேண்டும் என்று முன்பே அப்பா சொல்லியிருக்கிறார்.

வாழும் காலம் முழுவதும் இதில் மாற்றம் ஏற்படக்கூடாது என்று உறுதியாக இருந்தாள். அவளுடைய விரல் நுனியைப் பிடித்துக்கொண்டுதான் அவன் முதல்முதலாக நடை பழகினான். வளர்ந்தபோது இளமை துளும்பும் அவனைப் பார்த்து பெருமையோடு இருந்தாள். அப்பாவுடைய இடத்தில் இருந்து சமரனுக்குத் தன்னைக் கல்யாணம் செய்துகொடுக்கும்போது அவனுடைய கண்கள் நீர் நிறைந்து துளும்பியதை இப்போது நினைத்துப் பார்த்தாள்.

சங்கடங்கள் வந்தால் ஆறுதலுக்காக அவன் முதலில் அவளைத்தான் தேடிவருவான். கொஞ்சியும் திட்டியும் நேர் வழியில் நடத்தினாள். ஆனால் கவனிப்பதில் சிறிய ஒரு பிழை.. இனிமேல் ஒருபோதும் திருத்தமுடியாத கவனக்குறைவாக

வந்து சேர்ந்த பெரிய பிழையாக அது இப்போது ஆகியிருக்கிறது. சொந்தக்காரர்கள் அக்கம்பக்கத்து வீட்டுக்காரர்களுடைய அனுதாப அலைகள் பல வழிகளிலும் மனதை வேதனைப்படுத்தியது. அம்மாவையும் ஃப்ராயையும் சியாவையும் பத்திரமாகப் பார்த்துக் கொள்ளவேண்டும். ஆபத்து நிறைந்த இந்த வீட்டையும் ஊரையும் விட்டுவிட்டு அவர்களை வேறொரு இடத்துக்குக் கூட்டிச்செல்லவேண்டும். ஆனால் அம்மா இதற்கு ஒத்துக் கொள்வாரா? அப்பாவும் அமனும் மீளாத்துயில் கொண்டிருக்கும் இந்த இடத்தை விட்டு வருவாரா? இந்த பெரிய பாரம்பரிய வீட்டில் அவர்களுக்குப் பாதுகாப்பு இல்லை.

இந்த அளவு வசதிகள் இல்லாவிட்டாலும் எல்லா வசதிகளும் இருக்கும் வீட்டுக்கு அவர்களைக் கூட்டிக்கொண்டு போகவேண்டும். அந்த இடம் சியா படிக்கவும் நல்ல இடமாக இருக்கவேண்டும். இப்போதைக்கு டவுனில் இருக்கும் வீடுதான் சரியான இடம். அம்மாவிடம் சொல்லிப் புரியவைத்து அங்கே குடி பெயர ஏற்பாடு செய்யவேண்டும். ஃப்ராய்க்கும் அங்கே போகவே விருப்பம். ஆனால் லட்சியம் முழுமையடையவில்லை.

அமனைச் சதி செய்து கொன்றவர்களை எப்படிக் கண்டுபிடிப்பது? அலியுடைய மரண வழிகளைத் தேடிக் கண்டுபிடிப்பதில் அவள் இறக்கை இல்லாத பறவையாக இருந்தாள். இன்றைக்கு அவள் சிறகுகளுக்கு எந்த எல்லைவரை வேண்டுமனாலும் பறந்துபோகலாம். அமனுடைய அசம்பாவித மரணத்தைப் பற்றி போலீசின் விசாரணை நடந்தது. போலீஸ் ஃப்ராயிடம்தான் கேள்விகள் கேட்டார்கள். பாத்திமாவையும் சியாவையும் விட்டுவிட்டார்கள். சம்பவம் நடந்தபோது அந்த இடத்தில் இல்லாததால் மர்வாவையும் அவர்கள் பெரிதாக எதுவும் கேட்கவில்லை.

ஃப்ராயிடம் ரகசிய வாக்குமூலம் வாங்கினார்கள். சம்பவம் நடந்த அன்று அமனுடைய பழக்கவழக்கத்தில் பெரிய மாற்றம் எதுவும் ஏற்படவில்லை என்பதை விசாரணையின் மூலம் அவர்கள் தெரிந்துகொண்டார்கள். வேறு எவரும் சந்தேகப்படாததால் அமன் சாப்பிட்ட சாப்பாட்டிலோ இல்லை குடித்த பானத்திலோ விஷம் கலந்திருந்ததால்தான் அது உடம்புக்குள் போனது. இதெல்லாம் அவன் தானாகவே சாப்பிடாமல் நடந்திருக்கமுடியாது என்று அவர்கள் சொன்னார்கள். வேறு எந்த சாட்சியும் எங்கேயிருந்தும் கிடைக்கவில்லை.

அவளுக்கு ஏற்பட்ட சந்தேகங்களை அவர்களிடம் சொன்னால் மூன்று பேருடைய வாழ்க்கைக்கும் ஆபத்து ஏற்படும். கேஸுக்குப் பின்னால் நடக்க சூழ்நிலையும் இல்லை. மர்வா அமனை சதி செய்துதான் கொண்றிருப்பார்கள் என்று உறுதியாக நம்பினாள். சின்ன அளவில் விஷம் உடம்புக்குள் போனபோதே உடம்பு அதை வெளிக்காட்டத் தொடங்கிவிட்டது.

மாரடைப்பு வரும் நிலைக்குக் கொண்டுபோய் விட்டுவிட்டது. யார் செய்தது என்று ஒரு ஆதாரமும் இல்லை. அவனுடைய நண்பர்களைத்தான் விசாரிக்கவேண்டும். அவர்கள் மீதுதான் அதிக சந்தேகம். நேற்றுவரைக் கூடவே இருந்த ஒரு ஆள் கூட அமன் போனதற்குப் பிறகு வீட்டுப்பக்கம் வரவேயில்லை. இதெல்லாம் சந்தேகங்களுக்கு வலுவூட்டியது.

அமனுடைய மரணத்தின் எதிரொலிகள் அடங்காமல் பின்தொடர்ந்தன. பலரும் அழைத்துத் தொல்லை தர ஆரம்பித்தார்கள். தங்களிடம் இருந்து அமன் கடன் வாங்கியதாகச் சொன்னார்கள். ஆனால் எதற்கும் எழுத்துப்பூர்வமான ஆதாரம் எதுவும் அவர்கள் கையில் இல்லை. எல்லாம் வெறும் வார்த்தைகளால் தந்த வாக்குறுதிகள் மட்டுமே.

எதிர்த்து எதுவும் சொல்ல முடியவில்லை. மூன்று பெண்கள் மட்டுமே வீட்டில் இருக்கிறார்கள். அவர்கள் வந்து ஏதாவது செய்தால் என்ன செய்வது? ஆதாரம் இல்லாமல் எப்படி உண்மையைக் கண்டுபிடிப்பது? அமனுக்கு எதற்காக இவ்வளவு பணம் தேவைப்பட்டது? புதிதாக பிசினெஸ் எதையும் கூட அவன் ஆரம்பிக்கவில்லை. எப்படி கண்டுபிடிப்பது?

உதவிக்கு சமரனை அழைக்க வேண்டிவரும். அவர் ஆத்மார்த்தமாக எல்லாவற்றுக்கும் துணையாக இருப்பார் என்பது நிச்சயம். இத்தனை வருஷங்கள் அம்மாவையும் அமனையும் அவர் பாகுபாடு பார்த்து நடந்துகொண்டது இல்லை. ஆனால் இதற்கு மேலும் அவர்களுடைய வாழ்க்கையில் நிம்மதியைக் கெடுக்கக்கூடாது.

குழந்தைகளுடைய விஷயங்கள், பிசினெஸ் இதையெல்லாம் புகார் சொல்லமுடியாத அளவுக்குச் சரியாக செய்துகொண்டிருக்கிறார். ஆனால்.. அவளுடைய பயணம் இன்னும் முடியவில்லை. ஊரை விட்டுக் கிளம்புவதற்கு முன்பு சில காரியங்களை செய்து முடிக்கவேண்டியிருக்கிறது.

★★ ★★ ★★

16

"பலவீனமானவர்களுக்கு எப்போதும் பொறுமையாக இருக்கமுடியாது. பொறுமைதான் பலசாலிகளுடைய குணம்"

– மகாத்மா காந்தி.

இரண்டு பக்கங்களிலும் காட்டுச்செடிகள் மண்டிக் கிடந்த குறுகலான பாதைகளின் வழியாக நடந்தே வீட்டைக் கண்டு பிடித்தாள். கார் போகும் அளவுக்கு வசதி இல்லாட பாதை. ஆட்டோ ரிக்ஷாக்கள் சிரமப்பட்டுப் போகலாம். அமன் கடன் வாங்கியதாகப் போனில் சொன்ன ஆள் இவ்வளவு மோசமான நிலையிலா இருக்கிறார்? வீடும் சுற்றுப்புறமும் தரித்திரத்தைப் படம் பிடித்துக் காட்டின. உண்மையைத் தெரிந்துகொள்வதற்காகவே நேரில் வருவதாக சொல்லியிருந்தாள். ஒரு குட்டி கான்க்ரீட் வீடு. வெளியில் நாற்காலியில் ஒரு ஆள் உட்கார்ந்து கொண்டிருந்தார்.

மர்வாவைப் பார்த்தபோது அவர் வீட்டில் இருந்து இறங்கி வந்தார். உள்ளே அழைத்தார். அந்த ஆள் பழகியவிதம் சரியில்லாதது போலத் தோன்றியது. ஆனாலும் ஏதாவது ஆதாரங்கள் இந்த ஆள் வழியாகக் கிடைத்தால்? "வெளியிலே இருந்தே பேசலாம். உள்ள வர நேரமில்ல. எனக்கு அவசரமாப் போகணும்." அந்த ஆள் கொஞ்சம் தள்ளி நின்று பேச ஆரம்பித்தார். மர்வா தொடர்ந்தாள்.

"இந்த ஊர்க்காரரா இருந்தாலும் இப்பதான் உங்களை முதல்முதலா நான் பாக்கறேன். அமன் உங்ககிட்ட கடன் வாங்கினதுக்கு ஏதாச்சும் ஆதாரங்கள் இருக்கா?." "இல்ல. கொடுக்கற எல்லாத்தயும் ஒரு நோட்டுல எழுதிவைப்பேன்." அந்த ஆள் கையில் வைத்திருந்த நோட்டுப்புத்தகத்தை நீட்டினார். அவள் அதை வாங்கிப் பார்த்தாள். எல்லா கணக்குகளையும் ஒரே இங்க்கால் பட்டென்று எழுதியது போல இருந்தது.

“இதுல அமனோட கையெழுத்து எதுவும் இல்லயே? வேற ஏதாவது டாகுமெண்ட்டோ பணம் வாங்கினதுக்கான ஆதாரமோ இல்லயே? அப்புறம் இது எப்படி ஆதாரமாகும்?.” “அப்ப அதெல்லாத்தயும் யோசிக்கல. அமனையும் அவனோட குடும்பத்தயும் தெரியும். கொடுத்ததுக்கு அப்புறம் எழுதி வைப்பேன். அதான் வழக்கம்.” “நீங்க என்ன வேல பாக்கறீங்க? இந்த அளவுக்குக் கடன் கொடுக்கற வசதி உங்களுக்கு இருக்கறதா தோணலயே?.”

“நான் வெளிநாட்டுல வேல பாத்தேன். அங்க சம்பாதிச்ச காசையெல்லாம் வட்டிக்கு விட்டுதான் வாழ்ந்துகிட்டு இருக்கேன். இதுக்கு நடுவுல மனைவி பக்கவாதம் வந்து படுத்த படுக்கையா ஆயிட்டா. அப்ப இருந்த வீட்டையும் இடத்தையும் வித்துட்டு மூனு மாசம் முன்னால இங்க வாடகைக்கு வந்தேன்.” “அப்பன்னா அதுவரைக்கும் நீங்க நல்ல நிலைமையில இருந்ததா அர்த்தம். டாகுமெண்ட் இல்லாமயா வட்டிக்கு கடன் கொடுக்கறது?.”

“வட்டிக்குக் காசுகொடுக்கறதுதான் முக்கிய தொழில். நம்பிக்கையோட பேர்லதான் கொடுக்கல் வாங்கல் எல்லாம் செய்யறேன். அதத் தவிர டாகுமெண்ட் எல்லாம் இல்ல..” “இந்த காலத்துல இதெல்லாம் கேக்கறப்ப யாரும் நம்பமாட்டாங்க. இந்த காலம் பழைய காலம் மாதிரி இல்ல. அமனோட பேர்ல இப்படி ஒரு குத்தம் சொல்றப்ப அத நிரூபிக்க ஆதாரங்கள் இருக்கவேணாமா?.”

“நிலம் எழுதித் தரேன்னு சொல்லி கேட்டதுனாலதான் முதல் தடவை பணம் கொடுத்தேன். இந்த வீட்டுலேர்ந்து வேற இடத்துக்குப் போய் கொஞ்சம் கூடுதலான இடத்தையும் வாங்கலாம்னு நினைச்சுகிட்டு இருந்த நேரத்துலதான் அமன் கடன் கேட்டாரு. பல கட்டங்கள்லதான் காசு கொடுத்தேன்.” “எதச் சொல்லி கடன் கேட்டான்? அக்ரீமெண்ட் இல்லாம யாராச்சும் இப்படி செய்வாங்களா? செண்ட்டுக்கு எவ்வளவுன்னு சொல்லி கடன் கொடுத்தீங்க?.”

“அமனை இந்த ஊர்ல எல்லாருக்கும் தெரியும். நல்ல பேரு. யாரையும் ஏமாத்தமாட்டாருன்னு நம்பிக்கை இருந்துச்சு. செண்ட்டுக்கு ஒரு லட்சம் ரூபாய்ன்னு சொல்லிக் கடன் கொடுத்தேன்.” அவள் அந்த ஆளை உற்றுப் பார்த்தாள். அந்த ஆள் சொன்னதை அவளால் நம்பமுடியவில்லை. “செண்ட்டுக்கு நாலைஞ்சு லட்சம் விக்கற இடத்தயா ஒரு லட்சம் தரேன்னு சொல்லுவாங்க.” யாரோ நிலத்தை அபகரிக்கச் செய்த சதியாக அவளுக்குத் தோன்றியது.

இந்த ஆள் இடைத்தரகராகக்கூட இருக்கலாம். ஊரில் முக்கியமான இடம்தான் அவனுக்கு கிடைத்திருந்தது. அதைத் தட்டிப்பறிக்கநடந்த சதிதான் இது. "ஆதாரமோசரியானசாட்சிகளோ இல்லாம பணத்தத் திருப்பிக் கொடுக்கமுடியாது. டாகுமெண்ட் எதுவும் இல்லாம எதுவும் செய்யமுடியாது." சொல்லிவிட்டு அவள் திரும்ப நடந்தாள்.

சில பணப் பரிவர்த்தனைகள் மொபைல் போனில் பதிவாகியிருந்தன. வங்கிக் கணக்குகளைப் பரிசோதித்தால் அதில் இருந்து இதையெல்லாம் கண்டுபிடிக்கமுடியும். ஆதாரங்களோடு கேட்டவர்கள் எல்லோருக்கும் பணத்தைத் திருப்பிக்கொடுத்தாள். இதற்கும் அப்புறம் இருப்பதெல்லாம் ஆதாரங்கள் இல்லாத கடன்களே. அவற்றுடைய உண்மை நிலையைத் தெரிந்துகொண்டு திரும்பக் கொடுக்கவேண்டும்.

வங்கிக் கணக்குகளுக்கு யாரையும் அமன் வாரிசாக நியமிக்கவில்லை. இதனால் விவரங்களைத் திரட்ட தாமதமானது. மர்வா, வங்கி பற்றிய விவரங்களைச் சேகரிக்க ஜானியிடம் சொல்லியிருந்தாள். அவள் தனியார் வங்கியில் வேலை பார்த்துக்கொண்டிருந்தாள். ஊரில் என்ன உதவி வேண்டுமானாலும் அவளையும் அவளுடைய கணவன் ராகுலையும் கேட்கலாம்.

இரண்டு நாட்களுக்குள் ஜானி விவரங்களைப் பெற்றுக்கொடுத்தாள். அமனுடைய சேமிப்பில் இருந்து தொகைகள் எல்லாம் போலி கணக்குகளுக்கே போயிருந்தது. அவை எதுவும் இப்போது நடைமுறையில் இல்லை. அவனுடைய கணக்கில் இப்போது பேலன்ஸ் ஜீரோ. அவன் யார் யாராலேயோ ஏமாற்றப்பட்டிருக்கிறான்.

அவனை யார் ஏமாற்றி பணத்தைப் பறித்துக்கொண்டு போனது என்பதற்கு ஒரு ஆதாரமும் இல்லை. ஆதாரங்கள் எங்கேயிருந்தும் கிடைக்கவில்லை. அலியுடைய மரணம் போலவே அமனுடைய மரணமும் மர்மங்கள் நிறைந்ததாக ஆனது.

★ ★ ★ ★ ★

17

"நாம் விரும்புவதால் நம்மை சோதிக்கிறார்"

– குரான்

அதற்கும் மேல் அந்த ஊரில் இருக்கக்கூடாது என்று முடிவு செய்தபிறகுதான் மர்வா அவர்கள் மூன்று பேரையும் அங்கிருந்து வேறு இடத்துக்குக் கூட்டிக்கொண்டுபோக தீர்மானித்தாள். ஃப்ரா, சியா, அம்மாவிடம் விஷயங்களை எடுத்துச்சொல்லி புரியவைத்தாள். சமரன் பிசினெஸ் டூர் முடித்துவிட்டு கம்பெனிக்கு திரும்பி வந்திருந்தார். அவர் குழந்தைகள் இரண்டு பேரிடமும் விஷயங்களைச் சொல்லியிருந்தார். அமன் இந்த உலகத்தை விட்டுப் போய்விட்டான் என்பதை அவர்களால் இன்னும் நம்ப முடியவில்லை. அவர்களுடைய மூத்த மகன்தான் அமன்.

அதனால்தான் ஊரில் போய் தங்க மர்வா முடிவு செய்தபோது அவர்கள் எதிர்ப்பு தெரிவிக்காமல் இருந்தார்கள். அமனுடைய விஷயங்களைக் கவனிக்கதான் மர்வா ஊருக்குப் போயிருக்கிறாள் என்பது அவர்களுக்குத் தெரியும். ஆனால் மர்வாவுடைய திட்டங்களைத் தவிடுபொடியாக்கி ஃப்ராயுடைய குடும்பத்தார் எதிர்ப்புத் தெரிவித்தார்கள்.

அவர்களுக்கு ஃப்ராயையும் சியாவையும் தங்களுடைய பராமரிப்பில் வைத்துக்கொள்ளவேண்டும். அதோடு அமனுடைய சொத்துக்கும் உரிமை கொடுக்கவேண்டும். அமனுக்குப் பதில் சியாதான் அம்மாவுடைய ஒரே ஆறுதல். ஆனால் இன்னுமொரு யுத்தத்துக்கு வேண்டிய மனோபலம் இல்லை. விட்டுக்கொடுக்காமல் இருக்கமுடியாது. வேறு வழியில்லை.

அமனுடைய மகளை விட்டுக்கொடுத்தால் அம்மா தளர்ந்து போய்விடுவாள் என்று மர்வாவுக்குத் தெரியும். நிலைமையை எப்படிச் சமாளிப்பது என்று தெரியாமல் அவள் சங்கடத்தில்

மூழ்கினாள். மறுபடியும் பயணத்தை ஆரம்பிக்கிறாள். புதிய வழிகளில் கவனமாக நடக்கவேண்டும். இந்தப் பயணத்துக்கு முன்பு பாதி வழியில் நிறுத்தி வைத்ததையெல்லாம் முடிக்கவேண்டும்.

வர்மா சாருடைய அஸ்தியைத் தேடிப் போன பயணத்தில்தான் எல்லாம் தலைகீழாக மாறிப்போனது. மறுபடியும் அந்தத் தேடலைத் தொடங்கவேண்டும். அவரிடம் இருந்துதான் அப்பாவுடைய அன்பும், கவனிப்பும் அவளுக்குக் கிடைத்தது. அம்மாவிடம் விஷயங்களை எடுத்துச்சொல்ல வேண்டும். "ஃப்ராயயும் சியாவயும் அவுங்க கூட்டிகிட்டுப் போறாங்க. சியாவ நமக்கு விட்டுக்கொடுக்கலைங்கறதுதான் அவுங்களோட முடிவு. அவுங்களோட இன்னுமொரு விவாதம் செய்யறதுக்கோ சண்டை போடறதுக்கோ நம்மகிட்ட மனோபலம் இருக்கா அம்மா?."

"எங்க போனாலும் யாரு கூட இருந்தாலும் சியா அமனோட பொண்ணுதானே? ஃப்ரா என்னை மாதிரி ஆயிடக்கூடாது. இந்த காலத்துல புருஷன் இல்லாம தனியா வாழறதுல நிறைய கஷ்டம் இருக்கு. அவளுக்கு அமைதி கிடைக்கிற இடத்துக்கு அவ போகட்டும்." மர்வா ஆச்சரியத்துடன் பாத்திமாவைப் பார்த்தாள். அவள் விரும்பிய மாதிரி அம்மா மனதைப் பக்குவப்படுத்தியிருக்கிறாள். துயரங்கள் அம்மாவை சக்தியுடையவளாக்கி இருக்கிறது.

அமனுடைய சொத்துக்களுக்கு வாரிசு இல்லாததால் ஃப்ராயுடைய பெயரில் எழுதிக் கொடுக்கவேண்டும் என்று அவர்கள் உரிமை கோரினார்கள். "யாருடைய சொத்தும் எனக்கு வேணாம். வேணுங்கற மாதிரி எல்லாத்தயும் செஞ்சு கொடுக்க ஏற்பாடு செய். அத விட முக்கியமா அமன் கடன் வாங்கினதா சொல்லுற ஆளுங்க சொல்றதெல்லாம் உண்மையான்னு கண்டுபிடிச்சுத் திருப்பிக்கொடுக்கணும். சாகறதுக்கு அப்புறம் இருக்கற வாழ்க்கையில இது தடையா இருந்துடக்கூடாது. நம்பளோட நம்பிக்கைபடி மரணத்துக்கு அப்புறம்தான் உண்மையான வாழ்க்கையே ஆரம்பிக்குது. அவனோட சொத்துங்கள வித்துக் கடனை எல்லாம் அடைக்கணும்."

பாத்திமாவுடைய வார்த்தைகள் மர்வாவுக்கு பெரிய பலத்தைக் கொடுத்தது. அம்மா தளர்ந்து போய்விடுவாளோ என்ற பயம் நீங்கியது. மனதுடைய சுமை திடீரென்று குறைந்தது போல இருந்தது. நீண்ட பெருமூச்சு விட்டாள். அமனுடைய சொத்துகளை ஃப்ரா, சியா பெயரில் மாற்ற ஏற்பாடு செய்தாள். பாரம்பரிய வீடும் டவுனில் இருக்கும் வீடும் அம்மாவுடைய பெயரில் இருக்கிறது.

ஃப்ராயும் சியாவும் பத்திரமாக இருக்கட்டும். அது அவர்களுடைய குடும்பத்தார் வீட்டில் இருந்து கிடைக்கலாம். ஆனால் சியா அங்கே இருந்து போக விரும்பவில்லை. அந்த முடிவை எதிர்த்தாள். "மம்மா ஆண்டி. எங்களக் கூட்டிகிட்டுப் போக அவுங்களுக்கு நீங்க ஏன் சம்மதம் கொடுத்தீங்க? நான் பெரிய பாட்டியோட இருக்கேன். அது போதும்."

சியாவுக்கு, மர்வா மம்மா ஆண்டி. அங்கே இருந்து கிளம்புவதை சியாவால் ஏற்றுக்கொள்ளவே முடியவில்லை. "சியா. உன்னோட அம்மா மனசுக்கு நிம்மதி அங்கதான் கிடைக்கும். நீ அம்மாவக் கஷ்டப்படுத்தாதே." "இதுதானே என்னோட வீடு? அவுங்க வீட்டுக்கு எதுக்காகப் போகணும்?." "இந்த வீடும் மிச்சம் இருக்கறதெல்லாம் உன்னோடதுதான். ஆனால் இப்ப நீ அவுங்க சொல்றதக் கேக்கணும். பாட்டியும் நானும் அப்பப்ப உன்னைப் பாக்க வருவோம்." மர்வா ஒருவிதமாக சியாவை சமாதானப்படுத்தினாள்.

வீட்டை விட்டுக் கிளம்பும்போது ஃப்ரா அம்மாவைக் கட்டிப் பிடித்து அழுதாள். அம்மா அவளை இறுகப் பிடித்து நெற்றியில் முத்தமிட்டபடியே சொன்னார். "இதுவரைக்கும் நீங்க ரெண்டு பேரும் எனக்கு ஆறுதலா இருந்தீங்க. இனிம உங்களுக்கு ஆறுதலா உன்னோட அம்மா இருப்பாங்க. அங்க கஷ்டமா இருந்தா சியாவயும் கூட்டிகிட்டு இங்க திரும்ப வரணும்.

வீட்டோட உரிமை உனக்கும் இருக்கு. சட்டப்படி உன்னோட பேரும் சேத்தாச்சு. நீ என்னோட மருமக இல்ல. மகள். உனக்குப் பிடிச்ச மாதிரி நல்ல வாழ்க்கையத் தர்ற ஆளயும் கண்டுபிடிச்சு கல்யாணம் கட்டிகிட்டாலும் அவனை நான் என்னோட மருமகனா ஏத்துக்குவேன்." ஃப்ரா பதில் சொல்ல முடியாமல் தவித்தாள். அவள் அவர்களுடைய விலை மதிக்கமுடியாத அன்பையும் அரவணைப்பையும் உணர்ந்துகொண்டாள்.

"புது வழியில வாழ்க்கை எப்ப நம்மைக் கூட்டிக்கிட்டு போகும்னு சொல்ல முடியாது. சிலதைத் தீர்மானிக்கலாம். ஆனா சில இடங்கள்ல வழி தெரியாம நாம நின்னு போயிடுவோம். புது வழியில போக படைச்சவன் எல்லாருக்கும் ஆரோக்கியத்தயும் வலிமையயும் தரட்டும்." பாத்திமா ஃப்ராயையும் சியாவையும் சமாதானப்படுத்தி விடை சொல்லி அனுப்பினாள்.

பாத்திமாவில் பெருக்கெடுத்த பெண் சக்தியைப் பார்த்து மர்வா ஆச்சரியப்பட்டாள். "இது முப்பது வருஷத்துக்கு முன்னால

நான் பாத்த அம்மா இல்ல. காலம் போகப் போக மனசு வீரியமா சக்தியுடையதா ஆயியிருக்கு." மர்வா தன்னம்பிக்கை துளும்பும் மனதுடன் பாத்திமாவைக் கட்டிப்பிடித்துக்கொண்டு சொன்னாள். "இதான் என்னோட அம்மா! கல்லை பூ மாதிரி கையில எடுக்கற பலசாலி."

★★ ★★ ★★

18

"மனிதர்களை வேறுபடுத்துவது கறுப்பும் வெள்ளையும் இல்லை. அவன் செய்யும் செயல்களே"

– முகமது நபி.

பூமியில் மனிதர்கள் எதற்காக இவ்வளவு கஷ்டங்களை அனுபவிக்கிறார்கள்? எளிமையுடன் வாழாமல் எப்போதோ ஒடுங்கப்போகும் வாழ்க்கையின் பேராசை பிடித்த லட்சியங்களுக்காக ஓட்டமாக ஓடுகிறார்கள்.

வெற்றிகளைப் பெற்று கொண்டாடுகின்ற மனிதர்களைப் பார்த்து தோல்வியடைந்தவர்கள் நிராசையில் மூழ்கி துன்பப்படுகிறார்கள். இது எதுவும் வேண்டாம் என்று ஒதுக்கி சிலர் மௌனமாக வாழும்போது வேறு சிலர் ஆர்ப்பாட்டம் செய்து அடுத்தவர்களுடைய கவனத்தை ஈர்க்கிறார்கள். கவனிக்கப்படும் களங்கம் இல்லாதவர்களுக்குப் பிரியமானவர்கள் வாழ்க்கையை முன்னோக்கி எடுத்துச்செல்ல கஷ்டப்படுகிறார்கள்.

பசியைப் பொறுத்துக் கொண்டு வாழ்பவர்களுடைய உலகத்தைப் பார்க்கவேண்டும் என்றால் வெளியுலகத்தைக் கொஞ்சம் பார்த்தாலே போதும். மர்வா எதையெதையோ யோசித்தபடியே தோட்டத்தின் ஒவ்வொரு மூலையையும் பார்த்துக்கொண்டிருந்தாள். இந்த பெரிய வீட்டுடைய தோட்டத்து உரிமையாளர்கள் கொஞ்ச நாளைக்கு அப்புறம் வேறு எவராகவோ இருப்பார்கள்.

அமன் இல்லாத வீடு இனி வேண்டாம் என்று முடிவு செய்தாகிவிட்டது. தோட்டத்தை முதல்முதலாக இப்போதுதான் பார்க்கிறாள். வெளியில் போய் பேசும் பழக்கம் அவளுக்குக் கிடையாது. அவளைப் பார்த்தபோது காலணிக்காரர்கள் புன்சிரிப்புடன் குசலம் விசாரித்தார்கள். அவர்களிடம் பதில் சொல்லியபடியே பேசிக்கொண்டிருந்தாள்.

பெரும்பாலோனோரும் அமன் போனது பற்றி துக்கம் விசாரித்தார்கள். வீட்டின் பின்பகுதியில் இருந்த காலணிக் காரர்களுடைய வாழ்க்கை அவளுக்கு எப்போதும் ஓர் அதிசயமாக இருந்தது. இரண்டு செண்ட்டிலும் மூன்று செண்ட்டிலும் வாழும் பத்து பதினைந்து குடும்பங்கள் அங்கே இருந்தன. அவர்களுக்கு அமனையும் பாத்திமாவையும் ரொம்பப் பிடிக்கும்.

அவர்கள் வீட்டில் நடக்கும் கல்யாணங்களுக்கும் மற்ற விசேஷங்களுக்கு எல்லாம் பந்தல் போட விசாலமான தோட்டத்துடைய ஒரு பாகத்தைக் கொடுத்தார்கள். அங்கே தோட்டத்தில் காய்க்கும் தேங்காயையும் விறகையும் பாகுபாடு இல்லாமல்எல்லோருக்கும் இலவசமாகப் பங்கு போட்டு கொடுப்பார்கள். தோட்டத்தில் காய்க்கும் பலா, மாங்காய், நாவல் பழங்களுடைய பகுதி உரிமையாளர்கள் அவர்களே.

அதில் ஒன்றுதான் பாத்திமாவுக்கு சமைக்க உதவிக்கு வரும் லைலாவுடைய குடும்பம். கல்யாணத்துக்கு அப்புறம் லைலா அங்கே வந்தாள். அதற்கு முன்பு லைலாவுடைய மாமியார்தான் பாத்திமாவுக்கு உதவி செய்துவந்தாள். உயரமாக மெலிந்த உடம்போடு ஆரோக்கியம் கொஞ்சமும் இல்லாத அவள் அனாதை இல்லத்தில் வளர்ந்தவள். அவளுடைய வீட்டுக்காரர் ஆஜானுபாகுவாக இருந்த ஹஸனுக்கு புத்தி சுவாதீனம் கிடையாது.

ஆனால் எலும்பு முறிய உழைத்து பல் ஒடிய உண்ணும் உழைப்பாளி. பேசும்போது மட்டுமே தெரியும் என்றாலும் ஹஸன் முன்கோபி. பல காரணங்களைக் கண்டுபிடித்து லைலாவை துன்புறுத்துவான். என்றாலும் நடுநடுவில் மின்னல் போல அன்பு ஒழுகும். இதுதான் கொஞ்சம் அடி உதையும் கொஞ்சம் அன்பும் கலந்ததாக அவளுடைய வாழ்க்கை இருந்ததற்கான காரணம். ஆனால் ஒரு தடவை கூட அவள் ஹஸனைக் குற்றம் சொல்லவோ அவனுக்குப் புத்தி சரியில்லாததைப் பெரிய குறையாக எடுத்துக்கொண்டு அவமானப்படுத்தவோ மாட்டாள். புருஷன் மீது அவள் வைத்திருந்த அந்த அன்புதான் அவளை மர்வாவுக்கு உயர்த்திக் காட்டியது.

பாத்திமா இந்த வீட்டுக்கு வந்தது முதல் அவள் கூப்பிடு தூரத்தில் இருந்தாள். லைலா ஒரு வியாபாரியும்கூட. ஒரு சிறிய கடையை அவள் வீட்டிலேயே நடத்திவந்தாள். வீட்டுக்குத் தேவைப்படும் பலசரக்கு சாமான்களை எல்லாம் பாத்திமா அங்கிருந்துதான் வாங்குவார். அவளுக்கு வருமானம் கிடைக்கவேண்டும்

என்பதற்காக மற்ற கடைகள் எதிலும் வாங்குவதில்லை. சிறிய ஹோம் மேடு அழகுப் பொருட்களும் குடும்பஸ்ரீ மகளிர் சுய உதவிக்குழுப் பெண்கள் தயாரித்த பொருட்களும் லைலா ஹோம் சூப்பர் மார்க்கெட்டில் கிடைக்கும்.

சியாதான் லைலா ஹோம் சூப்பர் மார்க்கெட் என்று சொல்லி அவளைக் கிண்டல் செய்வாள். ஓடியாடி வேலை செய்யும் லைலா தைரியசாலி. அவளுடைய அப்பா சின்ன வயதிலேயே இறந்தபோது ஆறு பெண் குழந்தைகளையும் வளர்க்க முடியாமல் அவளுடைய அம்மா ரொம்பவும் கஷ்டப்பட்டாள். சாப்பிட எதுவும் கிடைக்காமல் சோர்ந்துபோனார்கள்.

அப்போதுதான் குழந்தைகள் எல்லோரையும் அனாதை இல்லத்தில் சேர்க்கச்சொல்லிப் பக்கத்து வீட்டுக்காரர்கள் யோசனை சொன்னார்கள். மூன்று நேரம் வயிறு நிறைய சாப்பாடும், நல்ல ஆடைகளும், மதசார்புள்ள கல்வியும் இலவசமாகக் கிடைக்கும். குழந்தைகளை விட்டுவிட்டுத் தனியாக இருக்கமுடியாது என்பதால் அதே இல்லத்தில் சமையல்காரியாக லைலாவுடைய அம்மா வேலைக்குச் சேர்ந்தாள். குழந்தைகளுடன் சேர்ந்து அங்கேயே போய் வாழ ஆரம்பித்தாள்.

ஒவ்வொரு பெண்ணுக்கும் கல்யாண வயது வரும்போது ஒத்துவரும் பையன்களை இல்ல நிர்வாகிகளே கல்யாணம் செய்து அனுப்பிவைத்தார்கள். கூடப் பிறந்தவர்கள் எல்லோரும் கல்யாணம் செய்து குடும்பமாக வாழ்ந்தது லைலாவை நிராசைப்படுத்தியது. சொந்தம் என்று சொல்லிக்கொள்ள ஒரு குடும்பமும் குழந்தைகளும் வேண்டும் என்று அவள் ஆசைப்பட்டாள். கனவு கண்டாள்.

பலரும் பெண் பார்க்க வந்து போனார்கள். ஆனால் அவளுடைய உருவம் யாரையும் கவரவில்லை. எல்லா நம்பிக்கைகளும் அஸ்தமிக்க ஆரம்பித்தபோதுதான் பெண் பார்க்க ஹஸன் வந்தான். அவள் வேறு எதைப் பற்றியும் யோசிக்கவில்லை. அங்கேயிருந்து விடுதலை பெறவேண்டும் என்று மட்டுமே அவள் சிந்தித்தாள். மேலோட்டமாகப் பார்த்தால் ஹஸனுக்கு புத்தி சரியில்லை என்று கண்டுபிடிக்கமுடியாது. பேச ஆரம்பித்தால் தெளிவில்லாத வார்த்தைகள் வெளியில் வரும். அசாதாரணமான பழகும் முறையை அப்போதுதான் கண்டுபிடிக்கமுடியும்.

அது லைலாவுக்கு ஒரு குறையாகத் தெரியவில்லை. அவளை முதல் தடவையாக விரும்பிய புருஷனை அவள் அந்த நிமிடத்தில் தன் கணவனாக மனதில் வரித்துக்கொண்டால். இல்லத்தில் இருந்து

லைலாவைக் கல்யாணம் செய்து கூட்டிக்கொண்டுவந்தான். ஆரோக்கியமான இரண்டு குழந்தைகளைப் பெற்றெடுத்தாள். பாசமுடைய அம்மாவாக அவள் மாறினாள்.

புருஷனை அன்பினால் ஆதரித்தாள். ஆனாலும் ஹஸனுடைய சுபாவம் நடுநடுவில் வெளியில் தலைகாட்டும். இதற்கெல்லாம் காரணம் இருக்கின்ற வீட்டில் தோஷம் இருப்பதுதான் என்று லைலா நம்பினாள். மசூதியில் இருக்கும் மந்திரிப்பவரிடம் போய் கயிறு மந்திரித்து வாங்கிக் கட்டிக்கொள்வாள். இஸ்லாம் மதத்தில் ஒழுங்குமுறைகளுடன் கூடிய வாழ்க்கைதான் சொல்லப்பட்டுள்ளது என்றாலும் மூட நம்பிக்கைகளும் கூடவே இருந்தன.

உடம்பு சரியில்லாதபோதும் அவள் மந்திரிப்பவரையே முதலில் போய்ப் பார்ப்பாள். அவர் மந்திரித்துத் தரும் கயிறைக் கட்டிக்கொண்ட பிறகுதான் மற்ற வேலைகளைப் பார்ப்பாள். எதையும் செய்ய இயலாதவர்களுடைய வாழ்க்கை இப்படிதான். சில பல மூட நம்பிக்கைகளையே அவர்கள் ஆதாரமாக நம்பி வாழ்வார்ர்கள்.

கல்வித்தகுதியோ அழகோ பணமோ பதவியோ குடும்ப உறவுகளுக்கு வலிமை சேர்க்கப் பயன்படுவதில்லை. மாறாக தம்பதிகளுக்கு இடையில் இருக்கும் பரஸ்பர அணுகுமுறையும், ஊக்கமும்தான். அதுதான் கல்யாண வாழ்க்கையின் ஆதார சுருதி. முழுக்க முழுக்க வேறுபட்ட கோணங்களில் இருப்பவர்களே தேவியும் லைலாவும். அழகும் கல்வியறிவும் குலப்பெருமையும் பணமும் எல்லாம் இருந்தும் மேதையான ஒரு மனிதனுடைய வாழ்க்கையையும் உயிரையும் சாம்பலாக்கிய தேவியில் இருந்து லைலா எவ்வளவோ உயர்ந்து நிற்பவள்.

விசித்திரமான சுபாவங்கள் உடைய மனிதர்கள்தான் இந்த உலகத்தை இந்த அளவுக்கு பன்முகத்தன்மை உடையதாக்குவது என்று தோன்றியது. இங்கே இருந்து இந்த வீட்டைகாலி செய்துகொண்டு போனால் திரும்ப வரப்போவதேயில்லை. மர்வா எல்லோரிடமும் சொல்லிக்கொண்டு திரும்ப நடந்தாள். அவளை லைலா பின்தொடர்ந்தாள்.

அவளுக்கு மர்வாவிடம் ஏதேதோ பேசவேண்டும். மர்வா லைலாவுடன் அதிகம் பேசிப் பழகியதில்லை. பாத்திமாவும் சியாவும்தான் லைலாவுக்கு நெருக்கமானவர்கள். மதிப்புடன் கூடிய நெருக்கம் அது. “என்ன லைலா? அம்மா வரச்சொன்னாங்களா?.”

"இல்ல அக்கா. வேல எல்லாம் முடிஞ்சுபோச்சு." "உனக்கு ஏதாச்சும் எங்கிட்ட சொல்லணுமா?."

"இருக்கு அக்கா. நான் கொஞ்சம் பேசணும். உங்களுக்கு அதுல நம்பிக்கை இருக்கான்னு தெரியல. இருந்தாலும் நான் ஒரு விஷயம் சொல்லலாமா?." "நீ எது வேணும்னாலும் சொல்லலாம். உனக்கு அதுல சந்தேகம் வேணாம். நீயும் எங்க வீட்டுல ஒரு அங்கம்தான்." "அமன் அண்ணன் செத்துப்போனப்ப நான் மசூதியிலேருந்து மந்திரிக்கறவரக் கூட்டிக்கிட்டு வந்தேன். அன்னிக்கு அவரு இங்க யாரோ செய்வினை செய்யறாங்கண்ணு சொன்னாரு. அதனாலதான் வீட்டுல இருக்கறவங்களுக்கு ஆபத்து உண்டாகுது. மரணமும் உயிர் ஆபத்தும் வரும்னு சொன்னாரு." "அம்மாவுக்கும் எனக்கும் இதுல எல்லாம் நம்பிக்கை இல்ல. செய்யறவங்க செய்யட்டும். விதியைத்தடுக்க மனுஷங்களால முடியாது."

"நம்ம மதத்துல நம்ம நம்பிக்கையில இதெல்லாம் இருக்கு அக்கா. அதுக்குரிய பரிகாரமும் இருக்கு. மந்திரிக்கறவரு செய் வினையெல்லாத்தயும் இல்லாம செஞ்சுடுவாரு. நான் செய்யறேன். உங்களோட அனுமதி மட்டும் இருந்தாப் போதும்." "அதெல்லாம் ஒன்னும் வேணாம் லைலா. இதுக்கு மேலயும் ஒரு சோதனைக்கு நாங்க தயாரா இல்ல. சியா, ஃப்ராயோட குடும்பத்தோட பாதுகாப்புல பத்திரமா இருப்பா."

"இங்கேருந்து நீங்க எல்லாரும் காலி செஞ்கிட்டுப் போகறத நினைச்சா தாங்கமுடியல. எங்க குடும்பத்த பட்டினி இல்லாமப் பாத்துகிட்டது நீங்கதான்.." லைலா கண்ணீர் ததும்பி நின்ற கண்களைத் துடைத்தாள். "உன்னையும் உன்னோட குடும்பத்தயும் நாங்க எப்படி மறப்போம்? குடும்பக்காரங்களைவிட ஆபத்து நேரத்துல நீயும் ஹஸனும் குழந்தைங்களும்தானே இங்க இருந்தத எல்லாம் பாத்துகிட்டது? உங்களுக்கு என்ன அவசியம் வந்தாலும் அதையெல்லாம் செய்யத் தயாரா இருக்கோம். இதே மாதிரி அன்பு எப்பவும் இருந்தாப் போதும்."

மர்வா, லைலாவைச் சமாதானப்படுத்தினாள். பேச்சை மாற்று வதற்காக மர்வா அவளிடம் மற்ற காலனிக்காரர்களைப் பற்றி விசாரித்தாள். அப்போதுதான் மர்வாவுக்கு பக்கத்துக் காலனியில் இருந்த சுந்தரியையும் குட்டிப் பெண்ணையும் பார்வதியையும் பற்றி ஞாபகம் வந்தது.

★★ ★★ ★★

19

“சில சமயம் மனிதர்கள் அழகானவர்கள். பார்வையில் இல்லை. அவர்கள் பேசுவதிலும் இல்லை. அவர்கள் என்ன என்பதில் மட்டும்”

– **மார்க்கஸ் சுஸாக்**

சூரியனுதிக்க ஆரம்பித்தவுடன் அந்த கிராமப் பிரதேசத்தில் முதலாளிகளுடைய வீட்டை எல்லாம் பெருக்கி சுத்தப்படுத்துவது காலனியில் குட்டிப் பெந்தான். லேசாகக் கொஞ்சம் குண்டாக இருப்பாள். வயிறு மட்டும் லேசாக முன்னால் தள்ளியபடியிருக்கும். அம்மாவுக்குத் துணையாக சில நாட்களில் சீறுப்பொண்ணும் வருவாள்.

நாற்பது வயதைத் தாண்டியும் நீண்டு மெலிந்த உடல்வாகு. உடையாத உடல் வடிவம். பார்க்கும் யாரும் ஒரு முறை அவளை ஆசைப்படுவார்கள். ரவிக்கையும், கீழாடையும் மட்டும் போட்டுக்கொண்டு மேல் துணி எதுவும் இல்லாமல் வரும் அந்த எண்ணைக் கரிக் கறுப்பழகை ரசிக்க அந்த ஊரில் நிறைய பேர் இருந்தார்கள். முக அழகைவிட லயமும் பாவமும் கலந்த அவளுடைய உடல் மொழிதான் அவளைக் கூடுதல் அழகுடைய வள்; ஆகக் காட்டுவது.

தென்னைமரத்தில் இருந்து காய் பறிக்கும் நாட்களில் தோட்டத்தில் தேங்காயை எல்லாம் கூட்டிப் பெருக்கி கூடையையும் தலையில் வைத்துக்கொண்டு பிரத்யேகத் தாளத்தில் ஆடி ஆடி அசைந்துபோகும் சிறுப்பொண்ணை ஆசைப்படாதவர்கள் யாரும் அந்த ஊரில் இல்லை. ஆயாவுக்கும் அம்மாவுக்கும் நெஞ்சுத் துடிப்பை அதிகரிக்கச்செய்யும் அழகு பார்வதிக்கு இருந்தது.

சீறுப்பொண்ணு மகள் பார்வதியை ராஜகுமாரியைப் போல வளர்த்தாள். அவளுடைய அழகு காலணிக்காரர்களுக்கு பெருமை தரும் விஷயம். நீண்டு விரிந்த கருநீலக் கண்கள். அழகான மூக்கு.

உதடுகள். இதெல்லாம் எல்லோரையும் கவர்ந்து இழுக்கும் அழகின் அம்சங்கள். பரந்து விரிந்து துடிக்கும் மார்பகத்தின் அழகை அங்கு வந்து விழுந்து கிடக்கும் கார்கூந்தல் அதிகப்படுத்திக் காட்டும். பல நேரங்களில் சீறுவோடு வரும் பார்வதியை தானே எத்தனையோ தடவை பார்த்து நின்றதை மர்வா நினைத்துப் பார்த்தாள்.

தோல் வெள்ளையாக இருந்தால்தான் அழகு என்ற இலக்கணத்தை மாற்றி எழுதிய அழகுடையவள் பார்வதி. “குட்டிப்பொண்ணு அம்மா செத்துப் போயிட்டாங்க. முன்ன மாதிரி சீறுப்பொண்ணு வெளியில எங்கயும் வேலைக்குப் போகறது இல்ல.” லைலாவுடைய வார்த்தைகள் மர்வாவை சிந்தனைகளில் இருந்து மீட்டுக்கொண்டுவந்தது.

“நம்ம ஊர்லயே அழகான பார்வதி இப்ப எங்க இருக்கா?.” “பார்வதி அக்காவ யாராலும் அவ்வளவு சீக்கிரமா மறக்கமுடியாது. எனக்கும் அவளுக்கும் ஒரே வயசுன்னு முன்னால எப்பவோ அவ அம்மா கிட்ட சொல்லிகிட்டு இருந்ததக் கேட்டிருக்கேன். அக்காவ முதலாளியோட பையன் கட்டிகிட்டுப் போயிட்டான். முதல்ல தாலி கட்டாம வச்சிருந்தான். அப்புறம் காலனிக்காரங்க தகராறு செஞ்சாங்க. அவனை கோயிலுக்குக் கூட்டிகிட்டுப் போய் தாலியக் கட்ட வச்சாங்க. அப்புறம் சர்ச்சுக்குப் போய் அக்காவோட பேர ஜான்சின்னு மாத்தி அனுப்பிவச்சாங்க.”

“பார்வதி இப்ப காலனிக்கு அவ அம்மாவப் பாக்க வர்றதில்லயா?.” “அந்த ஆளை காலனிக்குள்ள விடறது இல்லைன்னு சொல்லிட்டாங்க. அக்காக்கு செலவுக்கு வேணும்ங்கற காச மட்டும் யாருகிட்டயாச்சும் கொடுத்து அனுப்பிடுவாங்க.” சீறுப்பொண்ணு எவ்வளவு கஷ்டப்பட்டு பெண்ணை வளர்த்தாள்? அவளைப் பார்க்கக் கூட முடியாத அந்த தாயுடைய நிலைமை சங்கடமானது. இந்தக் காலனியும் இந்த வாழ்க்கைகளும் எல்லாம் இனி நினைவுகளில் மட்டுமே.

★★ ★★ ★★

20

"அதிசயமான விஷயங்களைப் பற்றி நீங்கள் என்னிடம் சொல்கிறீர்கள். ஆனால் எல்லாவற்றையும் விட அதிசயமானது ஆண் பெண்ணின் கஷ்டங்களே. துயரம் போல பெரிய மர்மம் இல்லை".

– ஆஸ்கர் வொயிட்.

தென்னைமரங்களுக்கு நடுவில் நிறைய மாவும் பலாவும் நிறைந்து நிற்கும் வீடும், சுற்றுப்புறமும் பார்ப்பவர்கள் எல்லோரையும் கவரும். அதனால் விற்பனையும் வேகமாக நடக்கும். தூரத்தில் ஒரு மூலையில் படர்ந்து பந்தலிட்டு நிற்கும் நாவல் அமனுக்கு மிகவும் பிடித்த மரம். வெய்யில்காலத்தில் இலைகளை விட பழங்களை அதிகமாகத் தரும்.

காலனிக் குழந்தைகள் விழும் பழங்களைப் பொறுக்க ஓடிவருகிற காட்சிகளை அவ்வப்போது பார்க்கமுடியும். மெத்தை விரித்தது மாதிரி இருக்கும் காய்ந்த இலைகளுக்கு நடுவில் ஒளிந்துகொண்டிருக்கும் பழங்களைக் கண்டுபிடிப்பது கஷ்டம். முன்பு அந்த மரத்துக்கு அடியில் தார்ப்பாயை விரித்து மூங்கில் தோட்டியால் மரக்கிளைகளை ஆட்டி சுத்தமான பழங்களைக் காலணியில் இருந்த குட்டேட்டந்தான் பறித்துத்தருவார். அந்த மாதிரியான இனிமையான கிராமக் காட்சிகளை எல்லாம் இப்போது பார்ப்பது கடினம்.

பழைய தலைமுறை ஆட்களில் பெரும்பாலோனோரும் மண்ணோடு மண்ணாகப் போய்விட்டார்கள். இந்தத் தோட்டத் தையும் பழ மரங்களையும் பார்த்துக்கொள்ள இன்றைய தலை முறைக்கு ஆர்வம் இல்லை. வீடு வாங்குபவர்கள் பழ மரங்களை வெட்டித் தள்ளிவிடுவார்கள். பாத்திமாவுடைய பாகத்தைத் தவிர ஃப்ரா, சியாவுடைய பாகங்களை அவர்கள் பெயருக்கு மாற்றி எழுதிவைத்துவிட்டு வேண்டப்பட்டவர்களுக்கும் சொல்லிவிட்டாள்.

ரிஜிஸ்டர் செய்து முடித்தபோது மர்வா கிளம்புவதற்கான ஏற்பாடுகளை ஆரம்பித்தாள். பாத்திமாவுடைய சொத்துகளை அம்மா காலத்துக்கு அப்புறம் சியாவுக்கு எழுதிவைத்தாள். அவளுக்கு இந்த உலகத்தையே எழுதிவைத்தாலும் அது அமனுக்கு ஈடாகாது. மர்வா நினைத்துக்கொண்டாள்.

அப்பா போன பிறகு அந்த இடத்தை இட்டு நிரப்ப இதுவரை அவளுடைய வாழ்க்கையில் வேறு யாராலும் முடியவில்லை. தோழிகளுக்கு இருந்த தந்தை பாசத்தையும் பதிலுக்கு அவர்களுடைய தந்தையர் அவர்கள் மீது காட்டிய பாசத்தையும் பல சமயங்களிலும் அவள் பேராசையோடு பார்த்துக்கொண்டு நின்றிருக்கிறாள். சினிமாக்களில் வருவதுபோல தன்னுடைய அப்பாவும் மீண்டும் உயிரோடு திரும்பி வந்துவிட்டதாக பகல் கனவு கண்டிருக்கிறாள்.

அம்மா சொல்வது போல பரலோகத்தில்தான் நம்முடைய யதார்த்த வாழ்க்கை. அங்கே எப்போதும் சந்தோஷங்கள் மட்டுமே இருக்கும். நம்மை ஒருவரிடம் இருந்து மற்றொருவரைப் பிரிக்க அங்கே ஒரு தீய விதியும் இல்லை. இகலோக வாழ்க்கையை நல்லபடி வாழ்ந்தால் பரலோக வாழ்க்கை நிரந்தரமானதாக இருக்கும். துன்பங்களை மட்டுமே அனுபவிக்கின்றவர்கள் மன அமைதியை இது மாதிரி நம்பிக்கைகள் மூலமே கண்டுபிடிக்கிறார்கள். பல மதங்களிலும் ஆசாரங்களும், நம்பிக்கைகளும் வித்தியாசமானவை.

இஸ்லாம் மதம் பரலோகத்தில் நம்பிக்கை உடையது. மரணத்துக்குப் பிறகே நிலையான வாழ்க்கை ஆரம்பிக்கிறது என்று மதம் சொல்கிறது. இந்த உலகத்தில் சோதனைகளில் வெற்றி பெற்றால் அவனுக்கு மேல் உலகத்தில் சொர்க்க வாழ்க்கை கிடைக்கும். அமனுடைய பரலோக வாழ்க்கையை முழுமையாக்கவேண்டியது அவனுக்கு நெருக்கமானவர்களே. சோதனைகளில் தோல்வி அடைந்திருந்தாலும் உற்றவர்களுடைய நிரந்தரமான பிராத்தனைகள் மூலமாகவும் நல்ல காரியங்கள் செய்வதாலும் பாவங்கள் பொறுக்கப்பட்டு சொர்க்க வாழ்க்கைக் கொடுக்கப்படும்.

அப்பாவும் அமனும் இந்த உலக வாழ்க்கையை பூர்த்தி செய்யாமலேயே உலகத்தைவிட்டுப் போனவர்கள். மத ஆசாரங்கள்படி எல்லாவற்றையும் செய்துமுடித்து அவர்களை மேலோகத்தில் பாதுகாப்புடையவர்களாக ஆக்கவேண்டியதே இனி அவள் செய்யவேண்டிய காரியம். இரத்த சொந்தத்துடைய

சக்தியால் அதை அடையமுடியும். மர்வா நினைத்துக்கொண்டாள். இனிமேல் சாந்தி கிடைக்கவேண்டியது வர்மா சாருக்குதான்.

இரத்த சொந்தம் போல ஆழமானதுதான் ஆத்மார்த்தமான சொந்தங்களும். இந்து மத நம்பிக்கையின்படி மரணத்துக்குப் பிறகு ஆத்மாவுக்கு மோட்சம் கிடைக்கவேண்டும் என்றால் காரியங்கள் செய்யவேண்டும். பொது மயானத்தில் எரிந்து சாம்பலான அவருடைய அஸ்தி இப்போது யாருடைய கையில் இருக்கிறது? ஆசாரங்கள்படி மரண காரியங்கள் செய்யப்பட்டதா என்று தெரிந்துகொள்ளவேண்டும்.

கடைசி காலத்தில்கூட இருந்த விமோசன வினயன் என்ற விசித்திர குணம் உடைய மனிதனோடு பல தடவை அவள் கேட்டாள். ஆனால் தெளிவான பதில் சொல்லாமல் அந்த ஆள் தப்பிக்கவே செய்தார். ஆல்வாவில் சாருடைய சகோதரி இருக்கிறார் என்று தெரியும். ஆனால் இருப்பது எங்கே என்று தெரியவில்லை. இப்போது அவர் உயிரோடுதான் இருக்கிறாரா என்றும் தெரியவில்லை. இல்லை வெளிநாட்டுக்குப் போய் வாழ்கிறாரா?

கோவிலகத்தில் இப்போது இருப்பவர்களில் பெரும் பாலோனோரும் அமெரிக்காவிலும் ஐரோப்பாவிலும் போய் குடியேறிவிட்டார்கள் என்று ஒரு சமயம் வர்மா சார் சொல்லி யிருந்தார். சகோதரியைப் பற்றிக் கேட்பதற்காகவே அவள் அன்று இரயிலில் பயணம் செய்தாள். ஆனால் பாதி வழியில் பயணம் முடிந்துபோனது. திரும்பவேண்டி நேரிட்டது. சகோதரியுடைய குழந்தைகள் பற்றி சார் சொன்னதாக ஞாபகமில்லை. அவர்களுக்கும் குழந்தைகள் இல்லையா? நிறைய நாள் தேடி அலைய நேரமில்லை. எல்லாவற்றையும் செய்து முடித்து அம்மாவையும் கூட்டிக்கொண்டு சமரனிடமும் குழந்தைகளிடமும் திரும்பப் போய்ச்சேரவேண்டும்.

★★ ★★ ★★

21

"விபத்துகளில் மிகவும் பலவீனமானவன் நான். ஏதோ அதிர்ஷ்டத்தால் சமாளிக்கிறேன். எந்த சூழ்நிலையிலும் நன்றாக்குவதற்காக இருந்தாலும் அப்படி இல்லாமல் போனாலும் நான் என்னுடைய வாழ்க்கையை நிறைவுடையதாக்குவேன்"

– **வில்லியம் ஷேக்ஸ்பியர்**

அவள் இறந்தவர்கள் கூடதான் இருக்கிறாள். அவர்களுடைய கடந்த காலத்தின் வழியாகப் பயணித்து இறுதிச்சடங்குகள் செய்வதற்காக ஏற்பாடு செய்யப்பட்ட மயானப் பயணி அவள். நிற்காமல் நினைவுகள் தொட்டு வருடிச் செல்லும்போது அவர்கள் ஒவ்வொருவரும் அவளுக்கு அருகில் இருப்பது போலத் தோன்றும். மரணம் உடம்பில் இருந்து ஆத்மாவின் முக்தி மட்டுமே. காலம் கடந்தாலும் அவர்கள் பிரியமானவர்களின் உள்ளுக்குள் எப்போதும் வாழ்ந்துகொண்டே இருப்பார்கள்.

அன்று எதிர்பாராமல்தான் விமோசனன் சாரிடம் இருந்து அழைப்பு வந்தது. டயரியைத் திருப்பிக் கேட்பார் என்று நினைத்தபடி மர்வா போனை எடுத்தாள். கிளம்புவதற்கு முன்பு திருப்பிக் கொடுக்கவேண்டும் என்று நினைத்துக்கொண்டிருந்தாள். "மர்வா. என்னோட வீட்டுக்கு எவ்வளவு சீக்கிரமா வரமுடியுமோ அவ்வளவு சீக்கிரமா வரணும். கிளம்பறப்ப சொன்னா என்னோட வீடு இருக்கற இடத்த சொல்றேன். லைப்ரரி இருக்கற ஹைவே கிட்டதான் வீடு." "நீங்க கொடுத்த டயரிய உடனே திருப்பித் தரேன். மறந்துபோகல. கொஞ்சம் துக்கக் காரியங்க நடந்துடுச்சு. அதனாலதான் கொடுக்கமுடியாமப் போயிட்டது." "அதுக்கு இப்ப அவசியம் இல்ல. அதோட உரிமை உனக்குதான். நான் ஒரு பாதுகாவலன் மட்டும்தான்." அடுத்தநாள் வருவதாக சொன்னபோது அவர் வேறெதுவும் பேசவில்லை.

அவர் பேசுகிற விதத்திலும், அணுகுமுறையிலும் ஏதோ மாற்றம் ஏற்பட்டிருக்கிறது. முன்பு போல கரடுமுரடான சுபாவம் இப்போது அவரிடம் இல்லை. இப்போது அவர் பேசும் விதம் வர்மா சாரை நினைவுபடுத்துவது போல இருந்தது. எதுவாக இருந்தாலும் டயரியுடன் வீட்டுக்குப் போகவேண்டும். அவள் முடிவுசெய்தாள். காரை லைப்ரரிக்கு முன்னால் நிறுத்தி அவரை அழைத்தாள்.

அங்கிருந்து ஏறக்குறைய ஒரு கிலோமீட்டர் போனபோது ஒரு பஸ் ஸ்டாப் வந்தது. அதற்குப் பின்னால் அவருடைய வீட்டின் கேட் தென்பட்டது. மர்வா சாலையோரமாக இருந்த இடத்தில் காரை நிறுத்திவிட்டு அவருடைய வீட்டை நோக்கி நடந்தாள். அவளை எதிர்பார்த்தபடி அவர் சிட் அவுட்டில் நாற்காலியில் உட்கார்ந்திருந்தார்.

“சீதா. இதோ நான் சொன்ன மர்வா வந்திருக்கா.” அவர் வீட்டுக்கு உட்புறம் திரும்பி சொன்னார். அது கொஞ்சம் பழைய ஒற்றை மாடி வீடு. அவள் வீட்டுக்குள் நுழைந்தாள். வராந்தாவில் இருந்த சுழல் நாற்காலியில் உட்காரச்சொன்னார். ஹைவே வழியாகப் பாய்ந்து செல்லும் வாகனங்களுடைய ஓசைகள் அவர்களின் மௌனங்களுக்கு இடையில் கடந்து போய்க்கொண்டிருந்தது. முற்றத்தில் இருந்த பெரிய மாமரம் சாலைக்காட்சிகளைப் பாதி மறைத்தது.

கொஞ்சநேரமான பின் வீட்டுக்குள் இருந்து அவருடைய மனைவி வந்தார். கையில் இருந்த கிளாஸை சிரித்தபடி நீட்டினார். அதை வாங்கி அவள் கையில் பிடித்துக்கொண்டாள். எதற்காகக் கூப்பிட்டார் என்று சொல்லாமல் அவர் தூரத்தில் எங்கேயோ பார்த்துக்கொண்டிருந்தார். “குடிங்க. இல்லாட்டா சூடா ஏதாச்சும் தரட்டா?.” “வேணாம் அக்கா. இதுபோதும்.” எலுமிச்சைச்சாற்றை குடித்தபிறகு அவள் கோப்பையை டீபாய் மீது வைத்தாள். கையில் இருந்த டயரியை அவருக்கு நேராக நீட்டினாள்.

“இதோ. நீங்க கொடுத்த டயரி.” “கொண்டுவரவேணாம்னு நான் சொன்னேனே.” “அப்புறம் எதுக்காக உடனே வரச் சொன்னீங்க?.” அவர் கொஞ்சநேரம் மௌனமாக இருந்தார். “வர்மா சார் குடும்பத்தப் பத்தியோ சொந்தக்காரங்களப் பத்தியோ பேசமாட்டாரு. அதப் பத்தி நானும் அவருகிட்ட கேக்கறது இல்ல. அவருக்கு இங்க வர்ற லெட்டருங்கள நாந்தான் கொடுப்பேன். அதுல உன்னோடதும் இருக்கும்.

பேச்சுக்கு நடுவுல அவர் உன்னைப் பத்தியும் சொல்றதுண்டு. என்னைத் தேடிவர ஒரேயொரு ஆளு மர்வாதான்னு அவரு ஒரு தடவை சொன்னாரு." "எல்லாம் தெரிஞ்சும் முதல்ல பாத்தப்ப எதனால உங்களுக்கு என் மேல நம்பிக்கை வரல?." "நான் அனுபவிச்ச மனப்போராட்டங்க எனக்கு மட்டும்தான் தெரியும். இன்னும் கொஞ்ச காலம் காத்திருக்கணும்னு தோணிச்சு. ஏன்னா அன்போட ஆழம் இப்பவும் இருக்கானு தெரிஞ்சுக்கவேண்டியதா இருந்திச்சு. ஆனா இதுக்கு அப்புறமும் சோதிக்கவேண்டியது இல்லைன்னு உணந்துகிட்டேன்.

பல வழியிலயும் யோசிச்சுப் பாத்தேன். ஆனா எல்லா இடங்களிலும் பின்னடைவு ஏற்பட்டாலும் திரும்பிப்போக மனசு ஒத்துக்கல." "உங்க மனசு திடீர்னு மாறினதுக்கு என்ன காரணம்?." "உன்னோட கனவுல வர்மா சார் வந்தது போல என்னோட கனவுலயும் வந்தாரு. கடைசியா சொல்லிட்டுப் போன அதே டிரஸ்ல முதல் தடவையா என்னோட கனவுல வந்தாரு. கொஞ்சம் துக்கத்தோட இருந்தாரு.

அதுக்கு அப்புறம் என்னோட மனசுக்கு நிம்மதி இல்லாமப் போயிடுச்சு. அதனாலதான் உடனே வரச்சொன்னேன்." "மனசு இந்த அளவு நிம்மதியில்லாமப் போகக் காரணம் என்ன?." "பதினாலு வருஷத்துக்கு முன்னால அந்த சாயங்காலப்பொழுது இன்னிக்கு நடந்தது மாதிரியே இப்பவும் என்னோட மனசுல பசுமையா பதிஞ்சிருக்கு. காலேஜ் முடிஞ்சப்பறம் நாங்க வழக்கமா ஒருத்தர ஒருத்தரு லைப்ரரியிலதான் பாத்துக்குவோம். அன்னிக்கு அவரு கொஞ்சம் லேட்டாதான் வந்தாரு.

கையில ஒரு பை இருந்துச்சு. அதுல அவருக்குப் பிடிச்ச புத்தகங்க இருக்குன்னு சொன்னாரு. தூரமா பயணம் போறதா சொன்னாரு. அதனாலதான் என்கிட்ட பத்திரமா வச்சுக்கணும்னு சொன்னாரு. சாயங்காலத்துல எப்பவும் அவரு வெள்ளை வேட்டியும் ஷர்ட்டும்தான் போட்டுப்பாரு. அன்னிக்கும் அது போலதான் இருந்தாரு.

பேச்சுல ஒரு வித்தியாசமும் தெரியல. கொஞ்சநேரம் பேசிகிட்டு இருந்ததுக்கப்புறம் சொல்லிட்டுக் கிளம்பினாரு. அடுத்த நாள் காலையில ஒரு சார் நியூஸ் பேப்பரப் பாத்துட்டு கூப்பிட்டாரு. அவருக்கு சந்தேகம் ஏற்பட்டபோது என்னக் கூப்பிட்டார். வர்மா சாருடைய உடல அடையாளம் காட்டவரணும்னு சொன்னாரு. கடைசியா வர்மா சார் சொல்லிட்டுப் போனப்ப இந்த மாதிரி நடக்குங்கறதுக்கு ஒரு அறிகுறியும் தெரியல.

அது வர்மா சாரா இருக்கக்கூடாதேன்னு வேண்டிகிட்டே போனேன். ஆனா.. அது அவருதான். சம்பந்தப்பட்டவங்க எல்லாரும் கைவிட்டுட்டாங்க. ரிலேஷன்சரியில்லாததுனால அவரோட மனைவி பாடிய ஏத்துக்கமுடியாதுன்னு உறுதியா சொல்லிட்டாங்க. யாரோ கூப்பிட்டு சாரோட சகோதரிங்களோட நம்பரக் கொடுத்தாங்க. ஆனா அந்த நம்பர் எல்லாம் நடைமுறையில இல்லாததா இருந்துச்சு.

உடம்ப சவக்கிடங்குல வச்சிருந்தாங்க. சம்பந்தப்பட்ட வங்களுக்கு தெரிய பேப்பர்ல செய்தி கொடுத்திருந்தோம். ஆனா யாரும் வரல. அப்புறம் பல நாட்கள் கழிச்சு சாரோட உடம்ப பொது மயானத்தில எரிச்சோம். அஸ்தியோட நான் திரும்ப வீட்டுக்கு வந்தேன். யாராச்சும் தேடிகிட்டு வருவாங்கன்னு நம்பிகிட்டு இருந்தேன்."

"அப்ப யாரு வந்து இறுதிச்சடங்குக செஞ்சாங்க?." "நெருக்க மான பலபேர்கிட்டயும் விவரம் சொல்லியிருந்தேன். யாரும் வரல. இனிம என்ன செய்யறதுங்கற நினைப்பு அப்பப்ப வரும். அவருக்கு ரொம்பவும் பிடிச்ச ஒருத்தருகிட்டதான் கொடுக்கணும்னு உறுதியா இருந்தேன். இப்பப் புரிஞ்சுது. இவ்வளவு காலமா காத்துகிட்டு இருந்தது உன்னோட வரவுக்காகத்தான்னு.

வர்மா சாருக்கு ரொம்பவும் பிரியமான ஆளு மர்வாதான்னு காலம் நிரூபிச்சுடுச்சு. வருஷங்க பல ஆனப்பறமும் குருவத் தேடி வர்ற சிஷ்யை. எத்தனையோ பேருக்கு அவரு பாடம் சொல்லிக் கொடுத்திருக்காரு. ஒருத்தருகூட இதுவரைத் தேடி வரல. வெறுமனே வார்த்தைங்களால ஆன ஆத்மார்த்த சொந்தமில்ல இது. எல்லா இடத்துலயும் இதோட பிரகாசம் இருக்கும். வர்மா சார் இதுவரைக்கும் என்னோட மனசுல ஒரு விசும்பலா ஒரு ஏக்கமா இருந்தாரு. இப்ப அவர நினைச்சு சந்தோஷப்படறேன்.

மனசு நிறஞ்சிருக்கு. என்னோட காரியம் இங்கே முடியுது." அவள் நம்பமுடியாமல் அவரைப் பார்த்தாள். அவர் எழுந்து உள்ளே போனார். சில நிமிடங்களுக்குப் பிறகு மங்கிய நிறமுடைய ஒரு பையுடன் வந்தார். பையைக் கொடுத்தபடி சொன்னார். "பத்திரமா வச்சுக்க எங்கிட்ட வர்மா சார் கொடுத்த எல்லாம் இதுல இருக்கு. நீ போட்ட லெட்டருங்களும் இருக்கு. அஸ்தியும் இதுல இருக்கு."

"அஸ்திய வச்சுகிட்டு நான் என்ன செய்யறது? இந்துவா இல்லாத நான் இத என்ன செய்யறது? ஆசாரங்க படி நான் செய்யற சடங்குகள அங்கீகரிப்பாங்களா? அவரோட நம்பிக்கைபடி அவருக்கு இது மூலமா சொர்க்கம் கிடைக்குமா?." "இந்து மதங்கறது

ஒரு கலாச்சாரம்தான். அது இல்லாம மதவெறி பிடிச்சவங்களுக்கு அடிமைப்பட்டது இல்ல அது.

ஆத்மாதான் முக்கியம். நோக்கம்தான் செயலுங்களை மகத்துவமாக்குது. நீ மனசளவுல தயாரா இருந்தா இறுதிச்சடங்குகள செய்யணும். எல்லாத்தப் பத்தி நல்லா யோசிச்சு செய்யணும். நாம செய்யற காரியங்க பிரியமானவங்கள வேதனைப்படுத்தும்னு தோணிச்சுன்னா செய்யவேணாம்னு முடிவு செஞ்சுடணும். செத்துப் போனவங்கள விட உயிரோட இருக்கறவங்களுக்கு முக்கியத்துவம் தரணும்.

என்ன முடிவு செஞ்சாலும் அதுக்கு எல்லா விதத்திலயும் நான் உதவத்தயாராயிருக்கேன். வார்த்தைகள் கிடைக்காமல் அவள் பரிதவித்தாள். ஆரம்பத்தில் இந்த மனிதரை எந்த அளவுக்குத் தவறாக நினைத்துக்கொண்டுவிட்டோம் என்று நினைத்துக்கொண்டாள். இந்த அளவுக்கு நுணுக்கமாக எல்லாவற்றையும் யோசிப்பார் என்று நினைக்கவில்லை.

அவருக்கு நேராக இருகைகளையும் கூப்பித் துளும்பும் கண்ணீருடன் நின்றாள். அவர்கள் இருவரிடம் சொல்லிக்கொண்டு நிறைந்த கண்களுடன் பையை எடுத்துக்கொண்டு வெளியில் நடந்தாள்.

★★ ★★ ★★

22

"வாழ்வில் நமக்கு என்ன இருக்கிறது என்பது முக்கியமில்லை. நம்முடைய வாழ்க்கையில் யார் இருக்கிறார்கள் என்பதுதான் முக்கியம்."

– மார்க்ரெட் லாரன்ஸ்

இப்படிப்பட்ட ஒரு பொறுப்பு தனக்கு வந்துசேரும் என்று அவள் நினைக்கவில்லை. எதையாவது செய்யவேண்டும் என்று விரும்பினாள் என்பது உண்மைதான். அகால மரணம் என்று மனித சமூகம் மதிப்பிடும்போது அதையெல்லாம் விதிவசம் என்றே விளக்கமுடியும். அந்நிய மதத்தைச் சேர்ந்தவள் இறுதி சடங்குகள் செய்கிறாள் என்று வெளியில் தெரிந்தால் குடும்பத்தில் பூகம்பம் ஏற்படலாம். காரணங்களைத் தேடிப்பிடித்துப் பிரச்சனைகளை உண்டாக்க காத்துக்கொண்டிருக்கும் சமூகம் இது.

எது வந்தாலும் சந்திக்கும் துணிச்சலுடன் முன்னோக்கி செல்லவேண்டும். சடங்குகள் செய்யப் பொருத்தமான நாள் பார்க்கவேண்டும். ஜானியோடு இதுவரை இதைப்பற்றி எதுவும் சொல்லவில்லை. அவள் பல உதவிகள் செய்கிறாள். உடன் பிறந்தவனைப் போல ராகுலும் இருக்கிறார். வேலை முடிந்துவந்தால் அவளுக்காகவே அவர்கள் தங்கள் நேரத்தை ஒதுக்கி வைக்கிறார்கள்.

அமனுடைய பெயரில் இருந்த சொத்துகள்எல்லாம் ராகுலின் சாமர்த்தியத்தால்தான் இத்தனை சீக்கிரமாக விற்கமுடிந்தது. ஜானி மாதிரி ஆதரவு காட்டும் தோழி இருப்பது அதிர்ஷ்டமே. ஜானி மட்டும் இல்லாமல் இருந்திருந்தால் மர்வா தளர்ந்துபோயிருப்பாள். குவைத்தில் இருந்து வந்தவுடன் ஊரில் ஸ்கூலில் சேர்ந்தது முதல் ஏற்பட்ட தோழமைதான் அது. ஒரே கல்லூரியில்தான் படித்தார்கள். ஜானி வணிகவியல் படித்தாள். மர்வா ஆங்கில இலக்கியம் படித்தாள். இது மட்டும்தான் வேறுபாடு. தோழி என்பதைக் காட்டிலும் ஜானி அவளுடைய உயிர்த்தோழி.

மர்வாவுடைய எல்லா விஷயங்களும் ஜானிக்குத் தெரியும். கல்லூரிக்கு வருவதும் போவதும் ஒன்றாகவேதான். ஜானி நல்ல நாட்டியக்காரி. ஜானி, ராகுல் சுவாரசியமான விதத்தில்தான் கல்யாணம் நடந்தது. அந்த ஊரில் ஜானியின் குடும்பம் பிரபலமான குடும்பம். ஜாதகப்பொருத்தம் சரியாக இருந்தபோது வழக்கம்போல ராகுலும் சொந்தக்காரர்களும் பெண் பார்க்க வந்தார்கள். இரு வீட்டாருக்கும் பிடித்திருந்தது. பார்த்தவுடனேயே இரண்டு பேரும் காதல் வயப்பட்டார்கள். இதுதான் கதையின் சுவாரசியம்.

ராகுலுடைய அப்பாவுக்கு சிலோனில் வேறு ஒரு மனைவியும், குழந்தைகளும் இருக்கிறார்கள் என்று தெரிய வந்தபோது ஜானியுடைய அப்பா கல்யாணம் நடத்த ஒப்புக்கொள்ளவில்லை. ஆனால் ராகுலும் ஜானியும் தங்கள் காதலில் உறுதியாக இருந்தார்கள். வேறு ஒரு கல்யாணம் வேண்டாம் என்று முடிவுசெய்தார்கள். யாருக்கும் தெரியாமல் இரண்டு வருடம் காதலித்தார்கள்.

அப்பாவை எதிர்த்து ராகுலுடன் வீட்டைவிட்டு ஓடிப்போக ஜானி விரும்பவில்லை. மர்வாவும் சமரும் அவர்கள் இரண்டு பேருக்கும் உறுதுணையாக இருந்தார்கள். கடைசியாக எல்லோருடைய நிர்பந்தத்தால் அப்பா சம்மதம் தெரிவித்தார். கல்யாணம் நடந்தது. அப்போது ஜானிக்கு வங்கியில் வேலை கிடைத்தது. அப்பாவை சார்ந்திருக்காமல் வாழத் தொடங்கினாள்.

மர்வா மாலையில் அவர்கள் வீட்டுக்குக் கிளம்பினாள். போனில் எல்லா விஷயங்களையும் தெளிவாக சொல்லமுடியாது. ஜானியிடமும் ராகுலிடமும் விவரம் சொன்னாள். கேட்டவுடன் இரண்டு பேரும் முதலில் திடுக்கிட்டுப்போனார்கள். சிறிது நேரம் ஒருவரோடு ஒருவர் விஷயத்தைப் பற்றி விவாதித்தார்கள். விமோசனன் சார் சொன்னது சரிதான் என்று அவர்களும் ஒத்துக்கொண்டார்கள். சமரிடமும் அம்மாவிடமும் விஷயங்களை விவரமாகச் சொல்லவேண்டும். சமர் எதிர்க்கமாட்டார். வரமுடியாத சூழ்நிலையில். அவரால் அவர்களுடன் எல்லாவற்றையும் கூட இருந்து செய்யமுடியாமல் போனது.

"அம்மா இதுக்கெல்லாம் எப்படி பதில் சொல்லுவாங்க? அவுங்களால இதயெல்லாம் ஏத்துக்கமுடியுமா?." ஜானிசொன்னாள். அம்மா பூரண இஸ்லாம் மத நம்பிக்கை உடையவர். பரலோக வாழ்க்கையை முழுமையாக தன்னில் பாதியான அப்பாவுடனும் அமனுடனும் சேர்வதற்காகத்தான் காத்துக்கொண்டிருக்கிறார்.

மர்வா இதை நினைத்தபோது நிம்மதி போனது. "ஜானி. நீ சொல்றது சரி. இதுக்கு மேலயும் அம்மாவோட மனசை வேதனைப்படுத்தவேண்டாம். எதிர்க்கவில்லைன்னாலும் அவுங்களோட மனசு வேதனைப்படும். அதனால நம்ம மூனு பேருக்கும் சமருக்கும் மட்டும் இந்த விஷயம் தெரிஞ்சாப் போதும். இனிம நல்ல ஐயரைத் தேடணும். நாம செய்யறத மனசால ஏத்துக்கற ஆளா அவரு இருக்கணும்."

வெகுநேரம் யோசித்தபிறகு ராகுல், வாசுதேவன் ஐயரைப் பற்றி சொன்னார். முன்னேற்ற சிந்தனைங்க உடைய நேர்மை யானவரு. அதனால தைரியமாப் போய் அவரைப் பார்த்து விவரங் களைச் சொல்லலாம். அவர் ஒத்துக்கலைன்னா அப்புறம் அடுத்த வழியைப் பத்தி யோசிக்கலாம்." மர்வாவும் ஜானியும் ஐய்யரைப் பார்க்கப் போவதென்று முடிவு செய்தார்கள்.

★ ★ ★ ★ ★

23

"துணிச்சல் இல்லாமல் உங்களால் எந்த நல்ல காரியத்தையும் செய்யமுடியாது. உங்களுக்கு வேறுபட்ட விதங்களில் தைரியம் இருக்கவேண்டும். முதலில் உலக விஷயங்களில் தைரியம் வேண்டும். வித்தியாசமான மதிப்பீடுகளை தரம் பிரித்து பின்தொடர சரியான வழியை மனதில் உறுதி செய்துகொள்ளவேண்டும். அதனோடு உறுதியாக நிற்க உங்களுக்கு தார்மீக தைரியம் இருக்கவேண்டும். உங்களுடைய வழியில் என்ன வந்தாலும் எத்தனை தடைகளும் எதிர்ப்பும் ஏற்பட்டாலும் உறுதியுடன் இருக்கவேண்டும்"

– இந்திராகாந்தி.

மூடி மறைத்து வானத்தில் தூங்கிக்கொண்டிருந்த கார்மேகக் குழந்தைகள் திடீரென்று விழித்துக்கொண்டு பெருமழையாக நிற்காமல் பெய்யத்தொடங்கியது. அதைப் பொருட்படுத்தாமல் சூரியன் உதிப்பதற்கு முன்பே மர்வா ஜானியோடு ஐயருடைய வீட்டுக்குக் கிளம்பினாள். ஏ4 சைஸ் பேப்பரில் ராகுல் துல்லியமாக வழியை வரைந்துக்காட்டியும், எழுதியும் கொடுத்திருந்தார். ஆர்கிடெக்ட்டானதனால் அவர் எதையும் துல்லியமாக வரைந்து காட்டுவார்.

இன்றைய காலத்தில் வழி கண்டுபிடிப்பது மிகச் சுலபம். கூகுல் மேப் நம்மை எங்கு வேண்டுமானாலும் கூட்டிக்கொண்டு போகும். என்றாலும் தொழில்நுட்பம் சில சமயங்களில் மனிதனைக் குழப்பிவிடும். சாலைகளையும் குறுக்குச் சாலைகளையும் தாண்டி நதிக்கரையோரம் இருந்த சாலையை அடைந்தபோது லேசாக ஒரு சந்தேகம் ஏற்பட்டது. மழையில் சாலைகளில் எல்லாம் நதி போல நீர் ஓடியது. வழியோரத்தில் யாரும் தென்படவில்லை. ஜானிதான் காரை ஓட்டிவந்தாள். ஊரில் இருக்கும் எல்லா வழிகளும் அவளுக்கு நன்றாகத் தெரியும். மர்வா குடையுடன் காரில் இருந்து இறங்கினாள். ஜானி காரை சாலையோரமாக ஒதுக்கி நிறுத்தினாள்.

சாலையோரமாக இருந்த வீட்டில் ஏறி காலிங் பெல் அடித்தாள். வயதான ஒரு பெண் திறந்திருந்த வாசலுக்கு அருகில் வந்தாள். "வாசுதேவன் ஐயரோட வீடு எங்க இருக்கு?." "கொஞ்ச தூரம் போனால் கிழக்குப் பக்கமா இருக்கற தாரில்லாத ரோடுல கடைசியில இருக்கு." அவர் படிகளில் இறங்கி கை நீட்டி வழி காட்டினார். வயதானாலும் அந்த பெண்மணியை மர்வாவுக்கு மிகப் பிடித்திருந்தது. அன்பொழுகும் அவருடைய பழகும் தன்மை யாருக்கும் பிடிக்கும். சில பேர் அப்படிப்பட்டவர்கள். பிறவியிலேயே கிடைக்கும் வரம். சில நிமிடங்களுக்குள்ளாகவே மனதைக் கவர்பவர்கள். அவர் காட்டிய வழி மிகச்சரியாக இருந்தது. மழை கொஞ்சம் நின்றிருந்தது.

அந்த வீட்டுக்கு முன்னால் மர்வா கவலையோடு கொஞ்ச நேரம் நின்றாள். ஓடு போட்ட குட்டியான வீடு. பக்கவாட்டில் வீட்டுடன் சேர்ந்தாற்போல தரை போடப்பட்டிருந்தது. அது தரை என்பது பக்கத்தில் போனால்தான் புரியும். தூரத்தில் இருந்து பார்த்தால் அங்கு செடிகள் நிறைந்திருந்தது. நர்சரி போல காட்சியளித்தது. தரைக்கு மேல் பலவிதமான அலங்காரச்செடிகள். வீட்டுக்கு முன்பகுதியில் மழை நீர் ஒழுகிக்கொண்டிருந்தது. ஒழுகிய இடத்திற்கு அடியில் பெரிய ஒரு பக்கெட் இருந்தது.

மர்வாவைப் பார்த்தவுடன் உள்ளேயிருந்து நைட்டி போட்டுக்கொண்டிருந்த ஒரு பெண் வெளியில் வந்தார். களங்கமில்லாத ஒரு புன்முறுவலுடன் கேட்டார். "யாரு வேணும்?." "வாசுதேவன் ஐயரோட வீடுதானே?." "ஆமாம். அவரு இப்ப இங்க இல்ல." "எப்ப வருவாரு? இன்னிக்குப் பாக்கமுடியுமா?." போன்ல கேட்டுட்டு வந்திருக்கலாம் இல்லயா? சடங்குங்க செய்யறதுக்காக தூரத்துல இருக்கற ஒரு இடத்துக்கு அவரு நேத்திக்கே போயிட்டாரு." "போன்ல பேசினா சரிப்படாது. நேரப் பாத்துதான் விஷயங்களச் சொல்லணும்." "எப்ப வருவாருன்னு போன்ல கேக்கறேன். உள்ள வந்து உக்காருங்க." சொல்லிவிட்டு போன் செய்ய உள்ளே போனார்.

மர்வா உள்ளே போகாமல் வெளியிலேயே நின்றாள். அந்த வீட்டுடைய மோசமான நிலைமை அவளை வேதனைப்படுத்தியது. பிசியான ஐயர் என்றுதான் ராகுல் சொல்லியிருந்தார். மனதில் கற்பனை செய்துவைத்திருந்த வீடும் சுற்றுப்புறமும் நிஜத்தில் பார்க்கும்போது வேறாக இருந்தது. பூசையும் சடங்குகளும் செய்பவர்கள் இந்த அளவுக்கா தன்னலம் இல்லாமல் இருப்பார்கள் என்று ஆச்சரியப்பட்டாள்.

மனிதர்களின் முன்னேற்றத்திற்கும், இக பரலோக சித்திக்குமாக ஹோமம் செய்பவர்கள் தாங்கள் ஒரு வளர்ச்சியையும் அடையாமல் எப்படி வாழ்கிறார்கள்? மழையில் ஒழுகும் வீட்டையும் சொந்தங்களையும் பாதுகாக்கும் மந்திர தந்திரங்கள் ஐயருக்கு பலிக்காமல் போகுமா? "உள்ள வர தயங்கியா அங்கயே நிக்கறீங்க? அவரு ஒரு மணி நேரத்துக்குள்ள வந்துடுவாரு. உள்ள வாங்க. உள்ளாற ஒழுகாது." "கூட வந்தவ கார்ல இருக்கா. எனக்காகக் காத்துகிட்டு இருக்கா." "காரு உள்ள வரும். அவுங்ககிட்ட போன் செஞ்சு கூப்பிட்டு விஷயத்தச் சொல்லுங்க." "என்னோட போன் கார்லதான் இருக்கு. அவளக் கூட்டிகிட்டு திரும்ப வரேன்."

அவள் ஜானி இருந்த இடத்தை நோக்கி நடந்தாள். தூறிக்கொண்டிருந்த மழையில் நடுங்கியபடி காருக்குள் ஏறினாள். இரண்டு நாள் பெய்யும் மழையில் ஊரெல்லாம் குளிர்ந்து போயிருந்தது. பக்கத்தில் ஒரு டீக்கடையும் இல்லை. சூடாக ஏதாவது கிடைத்தால் நன்றாக இருக்கும் என்று அவள் சுற்றுமுற்றும் பார்த்தாள். தூரத்தில் டீக்கடை போல ஒரு ஷெட் இருந்தது. ஆனால் அங்கே ஒரு ஈ காக்கா கூட இல்லை.

ஐயருடைய வீட்டுக்குப் போக முடிவு செய்தார்கள். காரை முற்றம் வரை கொண்டு போய் நிறுத்தினாள். இறங்கி வராந்தாவில் ஏறினார்கள். ஹாலுக்குள் போனார்கள். வெளியில் பார்த்தது போல உள்ளே இல்லை. சுத்தமாக இருந்த ஹால். அங்கே எல்லா வசதிகளும் இருந்தன. கட்டில் சாப்பாட்டு மேசை சில நாற்காலிகள். எல்லாம் ஒழுங்காகப் போடப்பட்டிருந்தன.

கட்டிலில் படுத்துக்கொண்டிருந்த குழந்தைகள் அவர்களைப் பார்த்தவுடன் உள்ளே இருந்த ரூமுக்குள் போனார்கள்.

"மழ நிக்காம பெய்யறதுனால கலெக்டர் ஸ்கூலுங்களுக்கு லீவு விட்டுட்டாரு. இதுவரை கொரோனா ஸ்கூல் படிப்பையெல்லாம் பாழாக்கிச்சு. இதோ. இப்ப மழை. ஒரு நிம்மதியும் இல்ல."

"ஆமாம். நீங்க சொல்றது சரிதான். எல்லா விதத்துலயும் மனுஷனோட வாழ்க்கை கஷ்டத்துலதான். "உங்க பேரு என்ன?." "என்னோட பேரு மர்வா. இவ என்னோட தோழி ஜானகி." "உங்க பேரு என்ன? எத்தனை குழந்தைங்க?." "என்னோட பேரு சாரிகா. மூனு பேரு. பெரியவ காலேஜ்ல படிக்கறா. அடுத்தவ பத்தாம் க்ளாஸ். சின்னவன் எட்டாவது." அதற்குள் கையில் ஆவி பறக்கும் டீயும் ஒரு தட்டில் பிஸ்கட்டுகளுமாக பெரிய பெண் வந்தாள். அம்மா மாதிரி ஐஸ்வரியம் உடைய முகம். அவள் அவர்களை

டீ குடிக்கச்சொன்னாள். டீயை ரசித்து ருசித்துக் குடித்தார்கள். டீ நன்றாக இருந்தது.

மர்வா பாராட்டினாள். "நல்ல ருசியான டீ." சாரிகா மகளைப் பார்த்துப் புன்னகைத்தாள். அன்போடு கொடுக்கப்படும் எதற்கும் சுவை அதிகம். அந்தச் சுவை என்றும் மனதில் மங்காமல் நிறைந்திருக்கும். ஊர் விஷயங்களைப் பற்றிப் பேசிக்கொண்டிருந்தார்கள். வீடு கட்ட இருந்த இடத்தில் அலங்காரச்செடிகள் வைத்து நட்டதைப் பற்றி சாரிகா வாய் ஓயாமல் சொன்னாள்.

"எங்க போனாலும் ஏதாச்சும் ஒரு அழகான செடியோடதான் நீ வீட்டுக்கு வர்ற. வீடு எழும்பறதுக்குப் பதிலா செடிங்கதான் வளந்துகிட்டு இருக்கு. இதயெல்லாம் வாங்க செலவழிக்கற காசை மிச்சம் பிடிச்சா நாம வீட்ட இன்னும் கொஞ்சம் கூட பெரிசாக் கட்டலாம்" என்று ஐயர் சொல்வதைப் பற்றி சாரிகா சொன்னாள். சாரிகா இதையெல்லாம் நகைச்சுவையோடு சொல்லிக்கொண்டிருந்தாள்.

கொஞ்ச நேரத்தில் ஐயர் வந்தார். குளித்துவிட்டு வருவதாக சொல்லிவிட்டு அவர் பின்பக்கம் போனார். திரும்ப வந்தார். விவரங்கள் கேட்டார். சிறிது நேரம் யோசனையில் மூழ்கிய அவர் பேச ஆரம்பித்தார்.

★ ★ ★ ★ ★

24

"ஒரு மதம் உண்மையானதென்றால் அப்போது எல்லா மதங்களும் உண்மையானதாகவே இருக்கவேண்டும். அவ்வாறு இந்து மதம் என்னுடையது போல உங்களுடையதுமாகும்."

– சுவாமி விவேகானந்தர்

"ஆசாரங்கள்படி மரணம் அடைஞ்சா என்ன செய்யணுங்கறதப் பத்தி இப்பவும் பல கருத்துங்களும் கருத்து வேறுபாடுங்களும் இருக்கு. தெளிவான சிந்தனை இப்பவும் இது பத்தி இல்ல. சாதாரணமா பத்து நாட்கள் காரியம் செஞ்சதுக்கு அப்புறம் பதினோராவது நாளு ஹோமம் புண்யோஜனம் நடத்தணும். ஆனா இங்கவித்தியாசமான கண்ணோட்டத்தோடதான் நாம காரியம் செய்யணும்.

அவரு செத்துப்போயி பல வருஷமாயிடுச்சு. பொது மயானத்துல எரிச்ச பிறகு பதினாலு வருஷமா அஸ்தி பாதுகாப்பா வைக்கப்பட்டிருக்கு. அதுவும் சிஷ்யதான் காரியம் செய்யப்போறது. குரு சீடர் சொந்தத்துக்கு ரத்த பந்தம் அளவோட ஒப்பிட்டு சொல்லுற நம்ம நாட்டோட பூமியோட குழந்தைங்கதான் நாம எல்லாரும். இத விட முக்கியமான ஒரு விஷயம் அந்த சிஷ்யை இஸ்லாம் மத நம்பிக்கையுடையவங்கறது. பல பேர் எதிர்ப்பாங்க.

மதத் தலைவருங்க உன்னை சமுதாயத்திலேர்ந்தே விலக்கி வைக்கவும் செய்வாங்க. இதயெல்லாம் சந்திக்கற அளவுக்கு மன தைரியம் உனக்கு இருக்கா?." "இஸ்லாங்கறது வாழற முறைதான். நல்ல மனுஷனா வாழணும்னுதான் அது சொல்லுது. மனச சுத்திகரிக்கவும் நன்றியுடையவங்களா இருக்கவும்தான் அது சொல்லிக்கொடுக்குது.

அங்க மனுஷத்தன்மைக்குதான் முக்கியமான இடம். சடங்கு சம்பிரதாயங்களுக்கு இல்ல. முஸ்லீம்ன்னா தெய்வத்துக்குக் கீழ்படிஞ்சவங்கறதுதான் பொருள். மதத் தலைவருங்க சமூகத்த விட்டு விலக்கி வைக்கறத இஸ்லாம் சொல்லல. பரம ஈஸ்வர கருணையின் புத்திரன்னுதான் ஸ்ரீநாராயண குரு, நபி நாயகத்தப் பத்தி சொல்லியிருக்காரு.

எந்த ஒரு மதத்தயும் அதோட நம்பிக்கைங்களயும் அங்கீகரிக் கறதுதான் முக்கியம். எல்லாம் கருத்துங்கதான். கற்பனைங்களும் நம்பிக்கைங்களும் சேந்ததுதான் மனுஷனோட வாழ்க்கை." "செய்யற ஆளோட சுத்தமான மனசு இருந்தா செய்யற காரியங்க அதுக்கு உதவியா இருக்கும். அது அவுங்களுக்குக் கிடைக்கற ஒரு ஆறுதல். அறிவில்லாத ஆளுங்களோட மனசுல புத்தியில்லாத சிந்தனைங்களைப் புகுத்திடக்கூடாது.

"ஒவ்வொருத்தருக்கும் அவுங்களோடரீதியில அவுங்கவுங்க நம்பிக்கைங்களப் பின்பத்தற உரிமை இருக்கு. வேதாந்தத்தோட முக்கியமான கருப்பொருள் நாம உடம்பு இல்ல. அறிவுங்கறதுதான். அக்னியில எரிச்சாச்சுன்னா உடம்பு சுத்தமாயிடும். சாதாரணமா ஏழாவது நாள்தான் அக்னி சஞ்சயணம் செய்யும்.

காலத்துக்கேத்தமாதிரி ஆசாரங்களை மாத்தி பின்பத்தறதும் உண்டு. சில பேர் அஸ்திய அங்கேயே விடறாங்க. சில காலத்துல தோட்டங்கள்ல போடறவங்களும் இருந்தாங்க. வீட்டுக்குப் பின்னால மண்ணுலப் போட்டு அங்க மாங்கன்னையோ தென்னங்கன்னையோ வச்சு நடறதும் உண்டு. புனிதமான நீர்ல கரைக்கறதுதான் இப்ப நடைமுறையில இருக்கு. பஞ்ச பூதங்கள்ல ஒன்னுல இரண்டறக் கலந்தா முழுமையடையும்.

உண்மையில உடம்பு முக்கியமில்ல. ஆத்மாவுக்குதான்." "அப்ப அஸ்திக்கு என்ன முக்கியத்துவம் இருக்கு?." "உண்மையில அதுக்கு ஒரு முக்கியத்துவமும் இல்லைன்னு முற்போக்கு சிந்தனையுடையவங்க புரிஞ்சுகிட்டு இருக்காங்க." வாசுதேவ ஐயர் ஞானி. சாந்தியையும், பரிகாரத்தையும், ஹோமத்தையும் மற்ற எல்லா காரியங்களையும் ஓடியாடி செய்யும் ஒரு நல்ல மனிதன். நேர்மையுடைய சுத்தமான ஆத்மா.

எல்லோரும் மனதிற்குள் பயப்படுவது போலத் தோன்றியது. அவர்கள் எல்லோரும் பாதுகாப்பாக இருக்கவே பார்க்கிறார்கள். இந்த விஷயத்தில் யாரும் பலிகடா ஆகக்கூடாது. மதவெறி பிடித்த மனதில் இருட்டுடைய வெறியர்கள் அவர்களை இல்லாமல் செய்துவிடுவார்கள் என்று எல்லோரும் பயப்படுகிறார்கள்.

ஆனால் நம்பிக்கையின்படி அமைந்த சடங்குகள் ஒரு மதத்திலும் நிலையானது இல்லை. ஆத்ம திருப்திதான் முக்கியம். தீர்க்கதரிசிகளும், அவர்களுடைய மதங்களும் மனிதத்தன்மையை உறுதியாக நம்பியவர்களாக இருந்தார்கள். மனித சுபாவங்கள் போல சிந்தனைகளும் செயல்களும் பலதரப்பட்டவை.

ஆசாரங்களின் தருமக் கோயிலில் பிறந்த நம் இறுதி இலட்சியம் உண்மையை அஸ்திவாரமாகக்கொண்டது. ராஜவர்மா நம்பிக்கை கொண்டிருந்த மதத்தின் வழியாகத்தான் அவருக்கு ஆத்ம சாந்தியைத் தேடித்தரவேண்டும். முழு மனதோடு செய்வதில்தான் எல்லாம் இருக்கிறது. அதுதான் முக்கியமானதும். காரியங்களை யாருக்கும் தெரியாமல் தனியாகச் செய்ய அவள் முடிவு செய்தாள்.

அவளுடைய தீர்மானத்தை ஐயருக்குத் தெரிவித்தாள். சாத்மீகமான எண்ணம் உடைய அந்த மனிதர் அவளுக்குப் பூசை மந்திரங்களை சொல்லிக்கொடுத்தார். துணைக்கு ஜானி மட்டும் போதும் என்று முடிவு செய்தாள். செய்ய வேண்டியவைப் பற்றி அவளுக்கு நன்றாகத் தெரியும். அதுவே தாராளம். அது போதும்.

அஸ்தியைப் புனிதநீரில் கரைக்க தேதியைக் குறித்தாள். குடும்பத்திடம் திரும்பிப் போவதற்கு முந்தின நாள்.

★★ ★★ ★★

25

"கற்பனைதான் படைப்பின் ஆரம்பம். நீங்கள் விரும்புவதை நீங்கள் கற்பனை செய்கிறீர்கள். நீங்கள் கற்பனை செய்வதை நீங்கள் செயல்படுத்துகிறீர்கள். கடைசியில் நீங்கள் விரும்புவதை நீங்கள் படைக்கிறீர்கள்."

– ஜார்ஜ் பெர்னாட் ஷா

மழை பெய்து ஜில்லிட்டிருந்த காலைப்பொழுதில் காலிங் பெல்லுடைய சத்தத்தைக் கேட்டுதான் மர்வா கண்விழித்தெழுந்தாள். எழுந்திருக்க சோம்பேறித்தனமாக இருந்தபோது பாத்திமா அவளை தட்டி எழுப்பிவிட அவள் வாசல் கதவைத் திறந்தாள். அப்போது பாதி மூடிய கண்களுடன் அவள் கண்ட காட்சி திகைப்பை ஏற்படுத்தியது. கொஞ்சம்கூட எதிர்பாராததாக அவர்களுடைய வரவு இருந்தது.

நம்பமுடியவில்லை. ஃப்ராயும் சியாவும் முன்னால் நின்று கொண்டிருந்தார்கள். அவளுக்கு அது ஒரு விடியற்காலை கனவாக இருந்தது. திரும்பப் போவதற்கு முன்பு அவர்களை போய்ப் பார்த்துவிட்டு வந்திருந்தாள். சியா ஓடிவந்து அவளைக் கட்டிப்பிடித்துக்கொண்டாள். உடனே அவசர அவசரமாக அம்மாவுக்கு அருகில் ஓடினாள்.

அவர்கள் டாக்சியில் வந்திருந்தார்கள். எடுத்துக்கொண்டு போன லக்கேஜ்கள் எல்லாவற்றையும் திரும்பக் கொண்டு வந்திருந்தார்கள். அதற்கு அர்த்தம் அவர்கள் இனி மேல் திரும்பப் போவதில்லை என்பதுதான். இரண்டு நாள் கழித்து மூன்றாவது நாள் விடிகாலையில் ப்ளைட். பாத்திமாவுக்கு விசா கிடைக்க கொஞ்சம் காலதாமதமானது. அதற்கு அப்புறம்தான் டிக்கெட்டை புக் செய்தாள்.

விசா கிடைத்தபோது ஃப்ராயிடம் சொல்லியிருந்தாள்.

ஃப்ராயுடைய மன மாற்றம்தான் மர்வாவை ஆச்சரியப்படுத்தியது. அமனுடைய சொந்தக்காரர்களிடம் திரும்பி வந்து சேர்ந்திருக்கிறாள். அம்மாவை அவள் புரிந்துகொண்டிருக்கிறாள். அவர்கள் இருப்பதுதான் பாத்திமாவுக்கு அதிக மகிழ்ச்சியைக் கொடுக்கும்.

சொர்க்கத்துக்குச் சமமான வாழ்க்கை கிடைத்தாலும் மனம் அவர்களுடந்தான் இருக்கும். அவர்கள் வழியாக அமனைப் பார்க்கமுடியும். அமனும் ஃப்ராயும் அமனும் ஃப்ராயும் எவ்வளவுதான் சண்டை போட்டுக்கொண்டாலும் அவர்கள் ஒருவரையொருவர் பிரிந்து வாழமுடியாது என்று பாத்திமாவுக்குத் தெரியும். அமனுடைய உலகம் அவர்கள் மூன்றுபேரும். மர்வாவுக்கு ஆனந்தத்தை அடக்க முடியவில்லை. சிதறிப் போனவர்கள் ஒன்று சேர்ந்திருக்கிறார்கள். கண்ணுக்குத் தெரியாத அமனுடைய வாசத்தால் அவர்கள் மூன்று பேரும் ஒருவருக்கொருவர் அன்போடும், அக்கறையோடும் புது வாழ்க்கையைக் கட்டி எழுப்பட்டும்.

அமன் பார்க்க ஆசைப்பட்டஃப்ரா இப்படித்தான் இருந்தாள். அம்மாவையும் குடும்பத்தையும் மற்ற எதைக் காட்டிலும் பெரிதாக மதித்து நடக்கும் பண்புடையவள். ஃப்ரா அவளுடைய குடும்பத்தாரைப் புறக்கணித்து விட்டுதான் அம்மாவிடம் வந்திருக்கிறாள். மனசாட்சி சொல்வதைக் கேட்டு வாழ கற்றுக்கொண்டிருக்கிறாள். இனி மேல் நிம்மதியோடு தான் திரும்பப் போகலாம் என்று மர்வா நினைத்தாள்.

சியா பிரிந்து போனபோது யாருக்கும் தெரியாமல் அம்மா கதறி அழும் காட்சிகளை இனி மேல் காணவேண்டாம். அவர்களுடைய உலகத்தில் அவர்கள் இனி சந்தோஷமாக வாழட்டும். சியா வழியாக அமனைப் பார்த்து அம்மா வலிமையோடு இனி வாழ்வாள். மர்வா, சமரை அப்போதே கூப்பிட்டு விஷயத்தைச் சொன்னாள். அம்மாவுக்கு சியா திரும்பக் கிடைத்த சந்தோஷம் எல்லோருக்கும் ஏற்பட்டது.

தான் சமாதானத்தோடு திரும்பப் போகிறோம் என்பதை அவள் நினைத்துப் பார்த்தாள். இனிமேல் ஒரே ஒரு காரியம் மட்டும் செய்யவேண்டும். அதற்காக நாளை காலை சூரியன் உதிப்பதற்கு முன்பே கிளம்பவேண்டும். பாத்திமாவிடம் ராத்திரியே முக்கியமான விஷயத்துக்காக அடுத்த நாள் விடிகாலையிலேயே தான் வெளியில் போவதை சொன்னாள்.

அம்மாவைக் கட்டிப்பிடித்து தூங்கிக்கொண்டிருக்கும் சியாவை எழுப்பாமல் அவளுடைய நெற்றியில் முத்தம் கொடுத்தாள். ஏதோ ஒரு பெரிய பாரத்தை இறக்கி வைத்தது போல நீண்ட நிம்மதிப் பெருமூச்சு விட்டாள். ஃப்ரா இன்னொரு ரூமில் நிம்மதியாகத் தூங்கிக்கொண்டிருந்தாள்.

மனம் நிறைக்கும் காட்சிகளை இனியும் காணவேண்டும் என்று பிராத்தனை செய்தாள். ஜானியிடம் காலையில் வருவதாக சொல்லிவிட்டு நீண்ட காலத்துக்குப் பிறகு அன்று இரவு அவள் நிம்மதியாகத் தூங்கினாள். எந்த கெட்ட கனவும் வந்து அவளை எழுப்பவில்லை.

★★ ★★ ★★

26

“நீங்கள் இப்போது செய்ய விரும்புவதை செய்ய ஆரம்பியுங்கள். நாம் நிரந்தரமாக இந்த உலகத்தில் வாழப்போவதில்லை. நம்முடைய கையில் ஒரு நட்சத்திரம் போல பளபளக்கும் நிமிடம் மட்டுமே இருக்கிறது. பனித்துளி போல அது உருகுகிறது.”

– பிரான்சிஸ் பேக்கன்

பருவமழைக் காலத்தில் பெரும் துயரங்கள் அன்றாட நிகழ்வுகளாகிவிட்டன. மண் சரிவிலும் வெள்ளப்பெருக்கிலும் அகப்பட்டு ஏராளமான உயிர்கள் பலியாகிவிட்டன. தொடர்ச்சியாகப் பெய்யும் மழையில் கல்வி நிறுவனங்களுக்கு பொது விடுமுறை அறிவிக்கப்பட்டுவிட்டது. மழை பெய்துகொண்டேயிருப்பதால் ஜானி வராமல் இருந்துவிடுவாளோ என்று மர்வா பயந்தாள்.

வெள்ள நீர் பல இடங்களை மூழ்கடித்திருந்தது. மழைவெள்ளம் பெருக்கெடுத்து ஓடியது. சில இடங்களில் போக்குவரத்து தாறுமாறான விவரங்களை நேற்று முதல் நியூஸ் சேனல்களில் காட்டிக் கொண்டிருந்தார்கள். பொதுமக்கள் எச்சரிக்கையோடு இருக்கத் தேவையான முன்னெச்சரிக்கைகள் கொடுக்கப்படுகின்றன. சரியான நேரத்தில் சொல்லிவைத்தது மாதிரியே ஜானி வந்தாள்.

மர்வா கவனத்தோடு பொதிந்து வைத்திருந்த அஸ்தி குடத்தைப் பிடித்துக்கொண்டு காரில் ஏறினாள். “நீ வரமாட்டியோன்னு நான் பயந்துகிட்டு இருந்தேன். நமக்குப் பக்கத்துல இருக்கற இடத்தில எல்லாம் தண்ணி ஓடிகிட்டு இருக்கறதுனால ரோடையே பாக்கமுடியலைன்னு சொல்லிகிட்டு இருக்காங்க.” “நான் வர கொஞ்சம் தாமதமாச்சுன்னா நீ தனியாவே கிளம்பிடுவன்னு எனக்குத் தெரியும்” இன்னொரு நாளைக்கு இத செய்யலாம்னு ராகுல் சொன்னாரு.” “அதெப்படி முடியும் ஜானி? உன்னோட உதவி இல்லாமல் நான் என்னோட காரியங்கள நிறைவு செய்யமுடியாது.”

"அதுக்கு வேணுங்கறத எல்லாத்தயும் நான் எடுத்துகிட்டு இருக்கேன். ஆத்மார்த்தமான அர்ப்பணிப்புக்குதான் முதலிடம். அதுக்கு அப்புறம்தான் எந்த மந்திரத்துக்கும் முக்கியத்துவம் இருக்கு." "இந்த வேலை முடிஞ்சிடுச்சுன்னா நீ ஃப்ரீயாயிடுவ. இனிம லீவு போட்டு எனக்காக நீ கஷ்டப்படவேண்டியதில்ல." "ஆமா. நீ ஒருத்தி. இதுல உம்மேல எனக்கு நம்பிக்கை இல்ல. புதுசா ஏதாச்சும் ஒரு விஷயத்த வச்சுகிட்டு நாளைக்கே என்னைத் தேடிகிட்டு வருவ."

ஜானி கிண்டல் செய்தாள். அதை அவளால் ரசிக்க முடியவில்லை. மர்வாவுடைய மனது நிம்மதி இல்லாமல் இருந்தது. மனதைக் குளிரச் செய்யும் சம்பவம் நேற்று நடந்தது. வெந்துருகிக் கொண்டிருந்த நெஞ்சில் ஒரு குளிர்ச்சியான ஸ்பரிசம் போல அந்த அனுபவம் இருந்தது. இதற்கும் மேலும் வாழ்க்கையில் துயரங்களைச் சந்திக்கும் வலிமை இல்லாமல் போயிருந்தது. உடம்பு தளர்ந்து போவது போல சில சமயங்களில் அவளுக்குத் தோன்றியது.

அவர்கள் போக நினைத்திருந்த கடற்கரைக்கு ஒரு மணி நேரம் பயணம் செய்யவேண்டும். ஜானிதான் அந்த இடத்தை சிபாரிசு செய்தாள். பாறைகள் சூழ்ந்த அழகான இடம் அது. சுத்தமான இடம். ஆள் நடமாட்டம் இல்லாத இடம். முக்குவர் குடில்கள் இருந்தன. அதையெல்லாம் சுற்றுலாப் பயணிகளுக்காக பழைய மாதிரியில் புதுப்பித்திருந்தார்கள். ஆபத்தான கரையோரப் பகுதிகளில் இருந்த மக்களை வேறு பகுதிகளுக்குப் குடியமர்த்தி அந்த இடங்களையெல்லாம் சுற்றுலா இடங்களாக்கும் திட்டங்கள் இப்போது நடந்துகொண்டிருந்தது.

கடற்கரை நெடுஞ்சாலையும் இன்னும் ஒரு சில ஆண்டு களுக்குள் நடைமுறைக்கு வந்துவிடும். வளர்ச்சிகளோடு எண்ணற்ற மழைக்கால கெடுதிகளையும் மக்கள் அனுபவித்துக் கொண்டிருக்கிறார்கள். கடற்கரையை நெருங்க நெருங்க மழை குறைந்துகொண்டிருந்தது. நினைத்ததற்கு முன்னாலேயே அவர்கள் அந்த இடத்தை அடைந்தார்கள்.

மழை குறைந்திருந்தாலும் தூறிக்கொண்டேயிருந்தது. கடல் பேரிரைச்சலோடு பொங்கிவரும் சத்தம் மட்டும் கேட்டது. இருட்டில் கடலைப் பார்க்க முடியவில்லை. சூரியன் உதித்து வருவதற்காக காத்துக்கொண்டு அவர்கள் வண்டிக்குள்ளேயே இருந்தார்கள். மர்வாவுடைய மனது கடல் போல ஆர்பரித்துக் கொண்டிருந்தது. ஜானி இசைப் பிரியை. காரில் மெலிதான

சத்தத்தில் பாட்டு வைத்துக் கேட்டுக்கொண்டிருந்தாள். அவளும் அதோடு சேர்ந்து முனகிக் கொண்டிருந்தாள்.

"வா. நேரமாயிடுச்சு." அவள் சூரியன் ஆரஞ்சு வண்ணத்தில் உதித்துவரும் காட்சியைப் பார்த்து மர்வாவைக் கூப்பிட்டாள். காரில் இருந்து இறங்கினார்கள். மழை முழுமையாக நின்றிருந்தது. பிரகாசம் படரத் தொடங்கியபோது அலைகள் கரைக்கு வரும் காட்சிகள் தென்படத் தொடங்கின. அலைகள் ஆவேசத்தோடு கரையை நோக்கிப் பொங்கி வருவதை எவ்வளவு நேரம் பார்த்துக்கொண்டிருந்தாலும் அலுப்பதேயில்லை.

"மர்வா. போ. கடல்ல முங்கி ஈரத்துணியோட வா." ஜானி சொன்னாள். உயர்ந்து தாழ்ந்து பொங்கிவரும் அலைகளோடு சேர்ந்து அவள் மூழ்கி நிமிர்ந்தாள். ஈரமான ஆடைகளோடு நடுங்கிக்கொண்டே அவள் ஜானிக்கு அருகில் வந்தாள். கரையின் மணற்பரப்பில் வாழையிலை விரித்து விளக்கேற்றி அஸ்தி குடம் வைத்துத் தயாராகக் காத்துக்கொண்டிருந்த ஜானிக்குப் பக்கத்தில் அவள் உட்கார்ந்தாள்.

விளக்குக்கு அடியில் புஷ்பத்தைச் சமர்ப்பித்து அவள் மந்திரித்தாள்.

"குரு பிரம்மா. குரு விஷ்ணு. குருதேவோ மகேஸ்வரஹ.

குருசாட்சாத் பரப் ப்ரம்மா தஸ்வை ஸ்ரீகுருவே நம."

மர்வா ஜானியிடம் இருந்து பவித்திரத்தையும் தர்பையையும் வாங்கி மறுபடியும் மந்திரங்களைச் சொன்னாள்.

"ஓம் பவித்ரம் பாபநாசனம் ஆயுர் தேஜோ பலம்.

சௌக்யம் சுகத்தயும் புஷ்டிவர்த்தனம் பவித்ரதாரணம் நமஹ."

பவித்திரத்தை வலது கையின் மோதிர விரலில் போட்டுக் கொண்டு வலது காலை முட்டு கொடுத்து உட்கார்ந்தாள். கையில் இருந்த தர்பையை இரண்டு கைகளிலும் வைத்து இரண்டு காதுகளிலும் திருப்பிப்பிடித்து மறுபடியும் அவள் மந்த்ரிஅம் சொன்னாள்.

சுக்லாம்பரதரம் தரம் தேவம்

சசிவர்ணம் சதுர்புஜம் பிரசன்ன வதனம் தியாது சர்வ விக்னோப சாந்ஹ்டியே.

தர்ப பையைத் தலைக்குமேல் மூன்று முறை சுற்றி இலையில் வைத்த பிறகு

"தர்வாசா நமஹ"

என்று சொல்லி புஷ்பத்தை இருகரத்தையும் கூப்பியபடி பிடித்துத் தர்பை மேல் மெல்ல வைத்தாள். நிதானமாகப் பிண்டச் சோறை எடுத்து உருண்டை உருட்டி கையில் பிடித்த பிறகு மர்வா குருவை மனதில் தியானித்து மந்திரம் சொன்னாள்.

"ஓம் வைஷ்ணவ கோத்ரஸ்ய வர்ம ஷர்மானஸ்ய

திருவோண நட்சத்திரயே ஜாதஸ்ய

திருவோணம் நட்சத் மம குருவஸ்ய

பிரேதஸ்ய பிரேதத்த்வ அஸ்தி நிமஞ்சன பிண்டம்

அயாதி யதே தபோவதிஷ்டத"

குருவை மனதில் நினைத்துப் பிண்டத்திற்கு மேல் நீர் தெளித்து அவளுடைய உதடுகள் மீண்டும் மந்திரங்களை ஜெபிக்க ஆரம்பித்தன.

"பிண்ட விர்த்யூ மனே ஜலம் நம

பிண்டோ உபரி திலோதகம் நம

கந்தம் நம

புஷ்பம் நம

தூபம் நம

நைவேத்யம் நம

கற்பூர நீராஞ்சனம் நம தாம்பூலம்."

அவள் பூ வைத்து கரம் கூப்பினாள். எழுந்துநின்று பவித்திரத்தை கழற்றிக் கட்டைப் பிரித்துப் பிண்டத்தின் மீது மெல்ல வைத்தாள். மறுபடியும் நீரைத் தெளித்து ஆகாயத்தை நோக்கி கை தட்டினாள்.

மர்வா கவனத்தோடு அஸ்திக் குடத்தை கைகளில் எடுத்துக் கொண்டாள். ஜானி அவளை ஆச்சரியத்தோடு பார்த்தாள். வாசுதேவ ஐய்யர் எழுதிக் கொடுத்த மந்திரங்களை ஆத்மார்த்தமான உணர்வோடு மனப்பாடம் செய்திருக்கிறாள். மர்வா அஸ்தி குடத்தோடு கடலினை நோக்கி நடந்தாள். ஆனால் ஆர்பரித்து வந்த அலைகளோடு அவளுக்கே தெரியாமல் அவள் அதிக தூரத்துக்கு முன்னோக்கி நடந்தாள். "ரொம்ப தூரம் ஆழத்துக்குப் போகாத." ஜானி உரத்த குரலில் கத்தினாள்.

ஆனால் மர்வாவுக்கு அது கேட்கவில்லை. குடத்தை கையில் பிடித்து நிதானமாக அதன் மூடியைத் திறந்தாள். கையில் வைத்திருந்த கல்லால் குடத்துக்குக் கீழ் லேசாக உடைத்த பிறகு அஸ்தியைக் கடலில் கரைக்க குனிந்தாள். அலைகள்

ஆக்ரோஷத்தோடு ஆர்பரித்து அவள் சந்தித்த துயரங்களைப் போல அவள் மேல் பாய்ந்தது. வலிமையான அந்த அலைகள் ஆவேசத்தோடு அவளையும் பிடித்து இழுத்துக்கொண்டு கடலின் ஆழத்தைத் தேடிப் போனது. ஒருபோதும் துயரங்களும் மர்மங்களும் தேடி வராத என்றும் அழகான கடலின் ஆழங்களுக்குள் அவள் நிரந்தரமாக மறைந்தாள்.

நிறைவு

★★ ★★ ★★